BINH
LUẬT
兵法

BINH LUẬT
兵法

NGHỆ THUẬT TRANH LỢI
TRONG
CHIẾN TRANH, KINH DOANH VÀ ĐỜI SỐNG.

Tôn Vũ
孫武

Dịch Giả
Ma Trọng Thẩm

BINH LUẬT
Tôn Vũ

All rights reserved
First Edition, 2021

© Ma Trọng Thẩm, 2021

No part of this publication may be reproduced,
or stored in a retrieval system, or transmitted in
any form by means of electronic, mechanical,
photocopying or otherwise, without prior written
permission from the author.

ISBN 978-1-7361456-4-7

MỤC LỤC

Cảm Tạ ix

Lời Tựa xi

Đôi Hàng Về Tôn Vũ xxi

Chương 1 – Hoạch Kế 始 計 3

Chương 2 – Tác Chiến 作 戰 9

Chương 3 – Tấn Công 謀 攻 15

Chương 4 – Quân Hình 軍 形 21

Chương 5 – Quân Thế 兵 勢 27

Chương 6 – Hư Thực 虛 實 33

Chương 7 – Tranh Lợi 軍 爭 39

Chương 8 – Chín Biến 九 變 45

Chương 9 – Hành Quân 行 軍 49

Chương 10 – Địa Hình 地 形 57

Chương 11 – Chín Địa Thế 九 地 63

Chương 12 – Hỏa Công 火 攻 73

Chương 13 – Dụng Gián 用 間 77

Chú Thích 81

Các Sách Khảo Cứu 94

Kính dâng hương hồn ông bà ngoại: Ma Tổng và Võ Thị Lan, cùng hương hồn cha mẹ: Trần Cường và Ma Thị Ngọc Sơn. Con luôn ghi nhớ công ơn sinh dưỡng và trân trọng tình yêu vô điều kiện của ông bà và cha mẹ đã tắm mát tâm hồn con. Tình thương yêu đó đã định hình và tạo nên con như ngày hôm nay.

Gửi tới người vợ đáng yêu - Trần Đình Mộng Nga và các con quý mến *- Ma Mộng Nhi, Ma Thomas, Ma Lam Trinity và Savannah Castel. Em cùng các con là sức mạnh, là can đảm thúc đẩy sự bền bỉ và là niềm hạnh phúc định nghĩa cho cuộc đời anh.*

CẢM TẠ

Tôi xin chân thành cảm ơn:

Bác Hoàng Dung, bác Nhị Lang, LM Walton Watson và BS Mạnh Văn - những người mà tôi vô cùng kính mến.

Những người bạn thân yêu - Nguyễn Trọng Sơn, Nguyễn Cao Trí và Adam Wolf - đã động viên, giúp đỡ và ủng hộ gia đình tôi trong suốt thời gian vô cùng cơ cực.

Công ty Flames Creations đã giúp tôi trong việc thiết kế quyển sách này.

Vạn lời đa tạ đến quý vị.

Ma Trọng Thẩm

LỜI TỰA

Binh Luật là một trong những tác phẩm cổ của Trung Quốc có từ thế kỷ thứ 5 trước công nguyên. Cuốn sách này gồm mười ba chương, tương truyền do nhà chiến lược chiến tranh nổi tiếng thời bấy giờ tên là Tôn Vũ sáng tác. Ông được cho là tác giả của cuốn sách Nghệ Thuật Chiến Tranh (The Art of War) nổi tiếng toàn cầu. Ông là một chuyên gia quân sự, một tướng lĩnh và cũng là một triết gia.

Cuốn sách của ông là một trong những cuốn sách hay nhất đề cập đến các chiến lược và lý thuyết về chiến tranh. Trên thực tế, ông là một vị tướng của vua Hạp Lư thuộc nhà Ngô, nơi có ghi chép rằng ông đã chiến thắng trong nhiều cuộc chiến, đặc biệt là những cuộc chiến mà hầu hết mọi người đều nghĩ rằng ông sẽ thua. Với tư duy chiến lược cao và tài thao lược xuất chúng, ông đã chinh phục rất nhiều kẻ thù. Tôn Vũ đã chiến thắng các trận chiến của mình bằng nhiều cách cư xử độc đáo khác nhau. Hầu hết các lần, ông ta đã chiến thắng mà không thực sự chiến đấu với kẻ thù của mình. Ông nổi tiếng là người luôn phân tích các trận chiến và quyết định xem có cần phải chiến đấu hay không. Thay vì nhặt vũ khí và lao thẳng vào kẻ thù của mình,

Tôn Vũ thà sử dụng gián điệp để khám phá vết hằn trên áo giáp của kẻ thù. Tôn Vũ là một trong những vị tướng sử dụng gián điệp sớm nhất. Và bất cứ khi nào cần thiết để chiến đấu, ông ta sẽ tấn công theo cách mà kẻ thù không bao giờ thấy sắp tới bởi vì ông ta hiểu các chiến lược chiến tranh hơn rất nhiều đối thủ của mình. Và khi trận chiến kết thúc, ông ta không chỉ giành chiến thắng mà còn có ít thương vong nhất - ông ta hiếm khi để mất người của mình.

Cũng theo các báo cáo lịch sử, Tôn Vũ được cho là người chiến thắng trong trận Boju năm 506 trước công nguyên. Tư Mã Thiên (145/135 - 86 TCN), tác giả cuốn Sử Ký coi Tôn Vũ là nhà chiến lược kiệt xuất; ông giải thích rằng Tôn Vũ không chỉ là một người chỉ huy linh hoạt mà còn có khả năng gây bất ngờ không giới hạn cho kẻ thù của mình. Đối thủ của ông luôn run sợ bất cứ khi nào họ phát hiện ra rằng Tôn Vũ là tướng đối lập, vì họ không bao giờ biết điểm tấn công của Tôn Vũ sẽ là gì, hoặc phương pháp như thế nào. Trong gần 40 năm làm tướng, Tôn Vũ chưa từng thua trận nào - ông giữ sạch lưới suốt cuộc đời.

Chỉ có rất ít người ở phương Tây có thể biết rằng tên gốc của ông là Tôn Vũ và Tử chỉ có nghĩa là 'Sư phụ'. Tất nhiên, Tử là một danh hiệu được kính trọng, đặc biệt là trong tiếng Trung Quốc vào thời cổ đại. Theo một cách nào đó, có vẻ như Tôn Tử và công việc của ông ta đã bị đổi tên theo thời gian. Trong khi tên ban đầu là Tôn Vũ, ông đã trở nên phổ biến với tên Tôn Tử. Tương tự, tác phẩm Binh Luận của ông, sau nhiều năm, trở thành Binh Pháp tại phương Đông và Nghệ Thuật Chiến Tranh tại phương Tây.

Nghệ Thuật Chiến Tranh do Tôn Tử viết, ban đầu có tựa đề là Binh Luận; nhưng vì một số lý do mà Binh Luận đã trở thành Nghệ Thuật Chiến Tranh ở phương Tây. Cuốn sách này là một trong những cuốn sách sớm nhất giải thích khái niệm chiến tranh. Là một trong những cuốn sách có ảnh hưởng nhất từ trước đến nay, nó đã được đọc bởi các vị vua và chỉ huy trong hơn hai nghìn năm; và nó đã ảnh hưởng thành công đến rất nhiều trận chiến trong lịch sử. Theo một báo cáo lịch sử, nó được viết trên những thanh tre được kết lại với nhau bằng một sợi dây se; nó đã trở thành một cuốn sách phổ biến rộng rãi ngay cả ở thế giới phương Tây và nó đã không được dịch sang tiếng Anh cho đến thế kỷ 20.

Vào thời của Tôn Vũ, chiến tranh được coi là một hình thức hiệp sĩ và nó được coi là môn thể thao của những người giàu có thuộc tầng lớp quý tộc. Nhưng Tôn Vũ từ chối xem bất kỳ quý tộc, hiệp sĩ hay môn thể thao nào trong chiến tranh. Đối với ông ta, chiến tranh là một cuộc chiến tàn khốc giữa hai thế lực đối lập, cuối cùng dẫn đến cái chết và sự hủy diệt - và nếu bạn muốn chơi trò chơi, bạn cũng nên biết cách chơi cho đúng; do đó ông quyết định viết cuốn sách. Vì vậy, Tôn Vũ đã sử dụng các nguyên tắc của Đạo gia để tiếp tục chiến lược chiến tranh của mình; và ngay lập tức, ông ta đã trở thành một thế lực đáng nể trên chiến trường. Bằng cách hợp nhất các nguyên tắc với các chiến lược chiến tranh, Tôn Vũ đã thành công trong việc thay đổi các quy tắc chiến tranh - tất nhiên là theo quy luật vào thời điểm đó. Ông đưa ra những phương pháp chắc chắn đã giúp ông ta chiến thắng trong rất nhiều trận chiến.

Nhiều nhà sử học đồng ý rằng trí óc của Tôn Vũ hoạt động khác với những người khác trong đồng cấp bậc của ông. Không giống như những vị tướng khác, những người thích những chiến dịch dài hơi và những cuộc khiêu vũ có hệ thống xung quanh bụi rậm, Tôn Vũ biết rằng chiến tranh là một công việc nghiêm trọng không nên xử lý một cách nhẹ nhàng. Bạn phải đánh khi bàn ủi còn nóng và phải đánh thật mạnh. Đòn đầu tiên sẽ quyết định cuộc chiến sẽ kết thúc như thế nào. Ông tin rằng ngay khi chiến tranh bắt đầu, mục tiêu cuối cùng là đánh bại kẻ thù. Với ý thức này, Tôn Vũ biết rằng mình không được tuân theo phương pháp tác chiến thông thường; ông ta phải vạch ra con đường của riêng mình, tạo ra phong cách cho riêng mình. Ông ta không tuân theo sự khôn ngoan cơ bản đã thống trị nghệ thuật chiến tranh trong thời đại của mình. Vì vậy, khi đến lúc ra trận, các tướng khác luôn đơn giản là không có chuẩn bị cho chiến thuật của Tôn Vũ.

Mỗi chương trong cuốn sách này tập trung vào một tình huống cụ thể của chiến tranh và mối quan hệ của nó với chiến lược và chiến thuật vốn có trong các vấn đề quân sự, đặc biệt là những chiến thuật đối phó với mọi khía cạnh - trên bộ hoặc dưới nước. Những bài học trong đó đã được các tướng lĩnh chiến tranh khác nhau áp dụng trong hàng trăm năm và nó vẫn còn là một công trình có liên quan cho đến tận ngày nay. Và tôi không nghi ngờ tác phẩm này sẽ tiếp tục kéo dài hàng trăm năm nữa. Trong khoảng 1500 năm, Binh Luật vẫn là tác phẩm hàng đầu trong bộ sưu tập các tác phẩm cổ đại được hoàng đế Shenzong nhà Tống chính thức hóa vào năm 1080. Ông liệt kê Binh Luật là một trong bảy tác phẩm kinh điển về quân sự của thời cổ đại. Tác phẩm đáng kinh ngạc này đã duy trì danh tiếng không chỉ là văn bản có ảnh hưởng nhất về chiến lược trong chiến tranh ở Đông Á mà còn ảnh hưởng đến lối sống, chiến lược pháp lý, chiến thuật kinh doanh và tổ chức quân sự ở cả phương Đông lẫn phương Tây.

Chúng ta có thể cho rằng không có cuốn sách nào khác phân tích quy luật tác chiến của chiến tranh chi tiết như Binh Luật. Binh Luật đề cập đến các lĩnh vực rất quan trọng như sử dụng vũ khí, áp dụng chiến lược trong trận chiến và quá trình kỷ luật. Nó cũng nhấn mạnh mức độ cần thiết của việc sử dụng các đặc vụ thông minh và gián điệp để tăng cơ hội thành công trong trận chiến và mọi khía cạnh khác của chiến tranh. Thật vậy, có thể nói rằng hầu hết các nền văn hóa quân sự hiện đại ngày nay đều có nguồn gốc từ Binh Luật. Đây là lý do tại sao những bài học được dạy trong cuốn sách này sẽ tiếp tục có liên quan đến nhiều thế hệ sau; nó đã hình thành cơ sở cho các cuộc huấn luyện quân sự ngày nay trên toàn thế giới và nó sẽ tiếp tục kéo dài hàng nghìn năm nữa.

Trong khi cuốn sách đặc biệt này đã được dịch sang nhiều thứ tiếng khác nhau, bao gồm cả tiếng Việt, nó đã được dịch một phần sang tiếng Anh bởi sĩ quan người Anh Everard Ferguson Calthrop vào đầu thế kỷ 20; và nó có tựa đề Cuốn Sách Chiến Tranh (The Book of War), nhưng bản dịch đã được hoàn thành sau đó 5 năm bởi Lionel Giles.

Nhiều người đã lấy cảm hứng từ những bài học trong Binh Luật; một số người trong số này bao gồm các nhà lãnh đạo chính trị và quân sự trên toàn thế giới - tướng quân đội Mỹ Norman Schwarzkopf Jr., tướng Việt Nam Ngô Quang Trưởng, đại tướng Nhật Bản Takeda Shingen, cùng rất nhiều người quyền lực khác trên thế giới.

Tào Tháo, nhà thơ, lãnh chúa và nhà chiến lược đã viết bài bình luận sớm nhất được biết đến về công việc của Tôn Vũ vào đầu thế kỷ thứ 3 sau công nguyên; bài viết của ông được cho là bài bình luận sớm nhất được biết đến về cuốn sách. Chính Tào Tháo đã thừa nhận trong lời tựa của mình rằng ông đã loại bỏ một số đoạn trong nguyên tác và ông cũng thay đổi nhiều từ. Vì vậy, không thực sự rõ ràng ông ấy đã thay đổi bao nhiêu đối với tác phẩm gốc. Ngoài ra, vào đầu thế kỷ 20, trong khoảng thời gian tác phẩm được dịch sang tiếng Anh bởi Calthrop và Giles, nhà văn kiêm nhà cải cách Trung Quốc Liang Qichao giải thích rằng các văn bản của Binh Luật thực sự được viết vào thế kỷ thứ 4 trước công nguyên bởi hậu duệ của Tôn Vũ - tên của hậu duệ này là Tôn Bình.

Trong những năm qua, mười ba chương trong tác phẩm cũng đã bị thay đổi về tiêu đề. Chẳng hạn như ở chương 1, nó có tên là Bố Trí Kế Hoạch (Laying Plans) của Lionel Giles vào năm 1910, Các Tính Toán (Calculations) của R.L. Wing năm 1988 và Dự Đoán Ban Đầu (Initial Estimation) của Ralph D. Sawyer vào năm 1996. Những thay đổi khác nhau cũng xảy ra trong mười hai chương tiếp theo. Cuốn sách này cũng có những tiêu đề đặc biệt cho từng chương trong số mười ba chương mà nó bao gồm. Hoạch Kế, Tác Chiến, Tấn Công, Quân Hình, Quân Thế, Hư Thực, Tranh Lợi, Chín Biến, Hành Quân, Địa Hình, Chín Địa Thế, Hỏa Công và Dụng Gián.

Chương đầu tiên minh họa tất cả những gì cần thiết để hiểu bản chất của chiến tranh cũng như lập kế hoạch cho cuộc chiến là một trong những yếu tố quan trọng nhất của chiến thuật và chiến lược trong chiến tranh. Chương thứ hai trực tiếp đi sâu vào nghệ thuật đánh địch trong trận chiến và giải thích toàn bộ các góc độ mà chúng ta phải xem xét trước khi quyết định giao chiến với kẻ thù. Đôi khi, chiến đấu có thể thiên về tâm lý hơn là thể chất. Chương thứ ba giới thiệu chiến lược đánh địch bất ngờ và cho thấy chúng ta phải có chiến lược rộng hơn kẻ thù. Chương bốn quan sát phương pháp khiến quân địch khốn đốn bằng cách làm mọi điều có thể để lấy đi sự thoải mái của địch và khiến quân thù hoàn toàn bất lực. Chương năm giải thích các nguyên tắc hướng dẫn việc kiểm soát các lực lượng quân sự, dù là lực lượng lớn hay lực lượng nhỏ và cũng cho thấy rằng cùng một nguyên tắc hướng dẫn bất kỳ con số nào lực có thể là. Chương sáu nhấn mạnh lợi ích của việc đến trận địa sớm, đặc biệt là trước quân địch và cho thấy lợi thế cho đoàn quân đi chiếm cứ địa đầu tiên. Chương thứ bảy là tất cả về tấn công chống lại kẻ thù bằng cách sử dụng hợp lý các binh lính. Trong hầu hết các trường hợp, tốt hơn là nên tùy cơ ứng biến, tùy theo tình hình chiến sự. Chương thứ tám nêu bật tất cả những thay đổi có thể ảnh hưởng đến kết quả của một cuộc chiến. Một số thay đổi này có thể là đường đi, thời tiết, vũ khí hoặc thậm chí là binh lính. Chương chín giải thích quá trình di chuyển binh lính đến chiến trường và sống sót qua sự khắc nghiệt của địa hình. Chương mười đánh giá thêm về địa hình chiến tranh và quan sát tất cả các căn cứ cùng các điểm chốt, sau đó làm thế nào để chịu trách nhiệm như một chiến tướng. Chương mười một giới thiệu chín vị trí địa hình và cách quản lý từng vị trí đó, tùy thuộc vào bản chất của cuộc chiến và việc áp dụng sức mạnh quân sự. Chương thứ mười hai dạy cách tận dụng hỏa lực để tấn công kẻ thù và giải thích năm cách người ta có thể sử dụng ngọn lửa để tiêu diệt kẻ thù và khiến địch quân bất lực. Và cuối cùng, chương mười ba nhấn mạnh tầm quan trọng của việc sử dụng gián điệp trong chiến tranh. Chương này không chỉ nói về việc sử dụng gián điệp của ta mà còn phát hiện ra gián điệp của đối phương cũng như tận dụng chúng để làm lợi thế cho quân ta. Tất cả mười ba chương này đều cần thiết cho một chiến tướng khao khát chiến thắng trong chiến tranh.

Binh Luật không chỉ áp dụng cho chiến lược quân sự đơn thuần, nó còn có thể áp dụng vào cuộc sống. Bởi theo một cách nào đó, bản thân cuộc sống giống như một chiến tuyến và con người phải sẵn sàng chiến đấu với những trận chiến mà cuộc sống mang lại và cuối cùng sẽ chiến thắng hoặc thất bại. Cuộc sống đi kèm với nhiều thử thách và chỉ những ai được trang bị kiến thức cần thiết về chiến tranh và biết áp dụng đúng các chiến thuật sẽ không bị đánh bại.

Ở Đông Á, Binh Luật đã trở thành một phần của giáo trình dành cho các thí sinh thi nghĩa vụ quân sự. Takeda Shingen là bất khả chiến bại trong trận chiến vì ông ta đã đọc tác phẩm của Tôn Vũ, nguồn cảm hứng tuyệt vời cho ông trước trận chiến Fūrinkazan. Một số sĩ quan Việt Nam Cộng Hòa trong chiến tranh Việt

Nam đã nghiên cứu rất nhiều Binh Luật đến nỗi họ có thể đọc thuộc lòng từng đoạn trong cuốn sách.

Ngày nay, tên tuổi của Tôn Vũ vẫn còn trên đầu lưỡi của hầu hết các tướng lĩnh quân đội trên thế giới.

Nói chung, Binh Luật dạy ta cách "khôn ngoan" hơn đối thủ để không cần phải tham gia vào trận chiến hoặc nếu có tham gia vào trận chiến thì ta cũng luôn thắng – bất cứ ở trường hợp nào. Và thắng một cách dễ dàng.

Chúc quý bạn bình yên và thành công.

Ma Trọng Thẩm

ĐÔI HÀNG VỀ TÔN VŨ

Tôn Vũ sinh năm 545 TCN và mất năm 470 TCN; 75 tuổi - đây thuốc vào thời kỳ Xuân Thu của Trung Quốc. Tổ tiên ông là Vĩ Ngạo, người làng Bạch Thổ, bên hồ Hải Tử thuộc Dĩnh Đô. Vĩ Ngạo được phong làm lệnh doãn thời Sở Trang Vương. Sau đó, trong nước có nội loạn, các hoàng thân tranh giành quyền lực, thêm vào các nước chư hầu đem quân tấn công và chiếm được lãnh thổ của Sở. Gia tộc họ Vĩ, không muốn binh đao, nên tị nạn đến đất Lạc An, nước Tề, nay thuộc Huệ Dân, tỉnh Sơn Đông và đổi họ tên từ Vĩ Ngạo thành Tôn Thúc; đổi sang họ Tôn để ghi nhớ quê hương gốc tổ ở Tôn Gia sơn.

Nước Tề có nội loạn, gia đình lại phải chạy đến La Phù Sơn, ngoại thành Cô Tô, kinh đô nước Ngô. Tại đây, Tôn Vũ gặp Ngũ Tử Tư là trọng thần của nước Ngô. Ngũ Tử Tư biết Tôn Vũ là người có tài nên tiến cử Tôn Vũ với Ngô vương là Hạp Lư. Tôn Vũ dâng 13 chương binh luật lên Hạp Lư và dùng các cung nữ trong triều để diễn tập binh luật của mình. Tôn Vũ chém mỹ nhân của Ngô vương trong lúc đang diễn tập để thị uy nên được Ngô vương khâm nể và phong làm tướng, rồi sau làm quân sư cho Hạp Lư.

Tư Mã Thiên viết trong Sử Ký: Hạp Lư biết Tôn Vũ có tài dùng binh và cho Tôn Vũ làm tướng. Phía tây quân Ngô phá nước Sở mạnh, đi vào đất Sính; phía bắc uy hiếp nước Tề, nước Tấn, nổi tiếng các chư hầu, Tôn Vũ có công ở đấy. Tôn Vũ trực tiếp chỉ huy năm trận đánh và chính những trận đánh để đời này đã góp phần đưa tên tuổi của ông bất hủ cùng thời gian:

Lần 1 - Năm 512 TCN, Hạp Lư ra lệnh cho Tôn Vũ chỉ huy quân tiêu diệt hai nước nhỏ là Chung Ly và Từ. Trong lần cầm quân đầu tiên này, Tôn Vũ đã hạ gọn hai nước trên, đồng thời thừa thắng chiếm được đất Thư thuộc nước Sở.

Lần 2 - Năm 511 TCN, Tôn Vũ lại thống lĩnh ba quân cùng Ngũ Tử Tư, Bá Hi đi chinh phạt nước Sở với lý do "Sở vương từ chối không chịu trao thanh bảo kiếm Trạm Lư cho Ngô vương Hạp Lư". Dưới quyền chỉ huy của Tôn Vũ, quân Ngô đánh hai trận thắng cả hai, chiếm được hai xứ Lục và Tiềm thuộc đất Sở.

Lần 3 - Năm 510 TCN, nước Ngô và nước Việt lần đầu tiên xảy ra cuộc chiến tranh với quy mô lớn mà sử sách còn ghi lại đó là cuộc "Đại chiến Huề – Lý". Trong trận này, lần đầu tiên Tôn Vũ sử dụng kế "Quý hồ tinh, bất quý hồ đa" mà với chỉ ba vạn quân cùng phép dụng binh tài tình của mình, Tôn Vũ đã đánh bại 16 vạn quân nước Việt.

Lần 4 - Năm 509 TCN xảy ra cuộc đại chiến Dự Chương giữa nước Ngô và nước Sở. Khi đó vua Sở sai con trai là công tử Tử Thường và công tử Tử Phàm dẫn đại quân tiến đánh nước Ngô, nhằm báo thù nỗi nhục mất đất năm xưa. Một lần nữa Ngô vương Hạp Lư lại giao cho Tôn Vũ cầm quân chống giặc. Lần này Tôn Vũ khôn khéo vòng tránh đội quân chủ lực của công tử Tử Thường; dùng lối đánh "vu hồi", tập kích doanh trại bắt sống công tử Tử Phàm. Quân Sở từ thế mạnh, chuyển sang thế yếu, cầm cự chưa đầy một tháng phải rút quân chạy về nước.

Lần 5 - Hai nước Ngô - Sở một lần nữa xảy ra chiến tranh vào ngày 18 tháng 11 năm 506 TCN; sử sách gọi đây là cuộc chiến Bách Cử. Đây là cuộc chiến lớn nhất trong lịch sử hai nước. Lần này quân Sở huy động 25 vạn quân tiến đánh nước Ngô, khí thế báo thù rất sôi sục. Theo kế của Tôn Vũ và Ngũ Tử Tư, vua Ngô bí mật liên kết với hai nước nhỏ là Đường và Sái làm thành liên minh chống Sở. Khi tác chiến, Tôn Vũ triệt để lợi dụng địa hình thuận lợi của hai nước đồng minh để triển khai chiến thuật "khống chế chính diện", "tập kích vu hồi mạn sườn" của mình. Sau năm lần giao chiến với quân Sở, Tôn Vũ đều giành thắng lợi. Cuối cùng 3 vạn quân Ngô đã phá tan 25 vạn quân Sở, buộc Sở vương phải tháo chạy.

Chương 1
Hoạch Kế
始 計

CHƯƠNG 1
HOẠCH KẾ[1] 始 計

Hiểu rõ bản chất tự nhiên của chiến tranh là việc trọng đại của quốc gia. Chiến tranh là nơi sự sống và sự chết gặp nhau. Đó là con đường dẫn đến sự diệt vong hoặc sự sống còn. Nên chiến tranh cần phải suy xét tường tận.

Chiến tranh có năm yếu tố quyết định mà ta phải lập kế hoạch. Chúng ta bắt buộc phải thấu hiểu sự tương quan của chúng. Một là chính nghĩa.[2] Hai là khí trời. Ba là địa hình. Bốn là tướng soái. Năm là binh luật.

Chính nghĩa là làm cho dân chúng cùng ý nguyện với vua, khiến họ đồng lòng và hợp sức để cùng sống cùng chết mà không hề sợ sệt ngã lòng trước mọi hiểm nguy. Khí trời là đêm hoặc ngày, nóng hoặc lạnh và sự thay đổi thời tiết của bốn mùa. Địa hình là thế đất cao hay thấp, gần hoặc xa, đường dễ hoặc khó, đồng bằng hay hẻm núi cùng các điều kiện sống còn của thế đất. Tướng soái phải có mưu lược, tín thực, nhân từ, dũng cảm và nghiêm minh. Binh luật nghĩa là cách tổ chức, quản lý binh sĩ cùng các chi tiêu trong quân đội.

Tướng soái phải biết rõ tất cả năm yếu tố trên vì biết được thì thắng, không biết thì bại. Cho nên tướng soái phải tính toán kỹ lưỡng trong khi hoạch định kế hoạch và tìm hiểu sự tương quan thực tế của chúng. Do đó, tướng soái phải so sánh bảy tình huống sau đây:

Vua bên nào có chính nghĩa? Tướng soái bên nào có tài năng? Bên nào có được thiên thời và địa lợi? Bên nào chấp hành binh luật triệt để? Vũ khí bên nào trang bị tốt hơn? Binh sĩ bên nào huấn luyện thành thạo hơn? Thưởng phạt bên nào công minh hơn?

Dựa vào trả lời của các câu hỏi này mà ta biết bên nào sẽ thắng và bên nào sẽ bại.

Ta nên giữ lại những tướng soái tuân theo lời căn dặn trên vì họ sẽ chiến thắng. Ta nên loại các tướng súy không tuân theo lời căn dặn trên vì họ sẽ thất bại.

Khi lập kế hoạch lợi thế theo lời khuyên dạy trên, hãy hành động theo tình hình và tận dụng các yếu tố bên ngoài phép tắc thông thường ấy. Hành động theo tình hình là nắm lợi thế bằng cách điều chỉnh kế hoạch mà linh hoạt ứng biến[3], nắm chắc quyền chủ động tác chiến.

Dùng binh nên theo nguyên tắc giả trá. Cho nên khi ta có năng lực thì tỏ ra bất lực. Khi ta triển khai thì tỏ ra không dùng binh. Khi ta muốn đánh chỗ gần thì tỏ ra muốn đánh chỗ xa. Khi ta muốn đến gần thì tỏ ra như lùi ra xa. Địch tham lợi thì ta dùng lợi nhỏ mà dụ. Địch rối loạn thì ta tiến đánh. Địch đủ thực lực thì ta phòng bị. Địch tinh nhuệ vững mạnh thì ta tạm né tránh. Địch hung hăng thì ta quấy nhiễu. Địch dè dặt thận trọng thì ta làm chúng kiêu ngạo. Địch nghỉ ngơi thì ta quấy rầy. Địch hiệp nhất thì ta chia rẽ chúng. Địch không phòng bị thì ta bất ngờ đánh chiếm. Tấn công nơi địch không chuẩn bị, xuất hiện nơi địch ít mong đợi nhất. Vì vậy, chúng ta có thể thấy rằng trong chiến tranh thì bất ngờ là chìa khóa để chiến thắng.

Đó là những sách lược căn bản của người cầm quân để thu hoạch thắng lợi, phải tùy cơ mà linh hoạt ứng biến chứ không thể hướng dẫn hoặc tiên liệu trước.

Chưa lâm chiến mà tính toán[4] ở miếu đường[5] được phần thắng là nhờ hoạch kế vẹn toàn, có nhiều điều kiện thắng lợi. Chưa lâm chiến mà tiên liệu không thể thắng là do hoạch kế không vẹn toàn, không có đủ điều kiện để giành thắng. Hoạch kế vẹn toàn, điều kiện thắng có nhiều thì tất thắng. Hoạch kế sơ sài, điều kiện thắng có ít thì thất bại. Huống hồ không hoạch kế lẫn điều kiện? Ta căn cứ vào đó mà xem xét thì biết ngay ai là người sẽ chiến thắng và ai sẽ là kẻ chiến bại.

CHƯƠNG 2
Tác Chiến
作 戰

CHƯƠNG 2
TÁC CHIẾN 作 戰

Tính đến việc tác chiến, thường ta huy động một đội quân[1] gồm một nghìn xe cỗ nhẹ[2], một nghìn xe cỗ nặng[3] và mười vạn binh sĩ có giáp trụ[4]. Lương thực phải vận chuyển xa nghìn dặm[5] cùng với khoảng phí tổn tiền phương và hậu phương. Các cuộc tiếp khách, các phí tổn như vật liệu làm khí giới, sửa chữa xe cộ, binh khí v.v. mỗi ngày phải hao tổn đến nghìn lạng vàng[6]. Ta phải chuẩn bị sẵn sàng các thứ ấy rồi mới khởi mười vạn binh sĩ ra chiến trường.

Dẫn một đội quân như vậy ra chiến trường, ắt phải thắng nhanh. Nếu kéo dài vũ khí tất mòn lụt, binh sĩ mất nhuệ khí, đánh thành thì sức kiệt. Giữ quân lâu ngày ở chiến trường thì mọi nhu dụng trong nước phải thiếu. Một khi vũ khí mòn lụt, nhuệ khí tiêu giảm, sức lực kiệt quệ, vật dụng khô khan thì các nước lân cận sẽ thừa sự tệ hại của ta mà tấn công. Dẫu ta là người đa mưu túc trí đi nữa cũng khó bề cứu vãn.

Vì vậy, mặc dầu tôi đã nghe nói về sự vội vàng liều lĩnh trong chiến tranh, nhưng chưa bao giờ thấy sự chậm trễ mà được gọi là khôn ngoan. Dụng binh dai dẳng lâu ngày mà có lợi cho nước nhà thì thật là chuyện xưa nay chưa từng có. Chỉ có người hiểu được những cái hại của dùng binh mới có thể hiểu cái lợi của nó.

Người giỏi dụng binh không tuyển binh hai lần và không tải lương thực ba lần. Tướng giỏi dùng vũ khí trong nước nhưng dùng lương thực của địch để nuôi quân nên binh sĩ được nuôi ăn đầy đủ.

Nước nghèo là bởi quân đội đi đánh xa. Cung cấp một đội quân tác chiến ở xa thì chắn chắn quốc khố trống rỗng còn dân chúng thì nghèo nàn. Gần nơi quân đóng thì giá cả đắt đỏ. Vật giá leo thang thì ngân khố quốc gia cạn kiệt. Ngân khố cạn kiệt thì phải tăng thuế má. Trăm họ[7] hết tiền của thì nản lòng muốn cho xong gấp cái nạn sưu cao thuế nặng và phục dịch vất vả. Ngoài chiến trường thì hao binh, ở hậu phương thì nhà nhà nghèo túng. Của cải dân chúng mười phần hao hết bảy. Phí tổn ngoài chiến trường như xe hư, ngựa què, bổ xung vũ khí, giáp trụ, trâu lớn, xe nặng v.v. mười phần hao hết sáu.

Đó là những lý do mà một vị viên tướng khôn ngoan bao giờ cũng tính cách nuôi quân bằng lương thực của địch. Ăn của địch một chung[8] gạo thì đỡ cho ta mang theo hai mươi chung. Dùng một thạch[9] dây đậu và rơm rạ[10] của địch thì đỡ cho ta phải cắt hai mươi thạch dây đậu và cỏ dùng để nuôi ngựa.

Đối với binh sĩ của ta, tức giận phải là sự thúc đẩy để tiêu diệt kẻ thù và phần thưởng phải là kích thích để đánh bại quân thù. Muốn quân đội anh dũng chiến đấu ta phải khích lệ sĩ khí. Muốn binh sĩ đoạt lấy lương thảo của địch, ta phải hậu thưởng cho họ. Vì vậy, trong trận chiến xe ngựa, trong số mười xe ngựa hoặc nhiều hơn đoạt được thì thưởng cho những binh sĩ đoạt được xe ngựa đầu tiên. Xong cắm thêm cờ xí của ta rồi nhập lẫn vào quân ta. Đãi ngộ hàng binh thật tốt và sử dụng họ. Đây là chiến thuật dùng hàng binh để tăng sức mạnh cho ta.

Bởi vậy, ta thấy rằng trong tác chiến chỉ có thắng nhanh mới là vấn đề và không có phần thưởng nào cho việc kéo dài một chiến dịch. Một vị tướng thực sự hiểu biết về tác chiến giữ vận mạng của người dân và làm chủ sự an nguy của quốc gia.

CHƯƠNG 3
Tấn Công
謀 攻

CHƯƠNG 3
TẤN CÔNG 謀攻

Trong phép dụng binh, nghệ thuật tối cao của chiến tranh thì thượng sách là giữ quốc gia mình vẹn toàn; chiếm lấy quốc gia địch không hư hỏng thích hợp hơn là phá vỡ chúng. Giữ vẹn toàn quân[1] mình là thượng sách; bắt giữ toàn quân địch tốt hơn là giết chúng. Giữ vẹn toàn một lữ[2] quân mình là thượng sách; bắt giữ toàn bộ một lữ của địch tốt hơn là phá vỡ chúng. Giữ vẹn toàn một tốt[3] của mình là thượng sách; bắt giữ toàn bộ một tốt của địch tốt hơn là phá vỡ chúng. Giữ vẹn toàn một ngũ[4] của mình là thượng sách; bắt giữ toàn bộ một ngũ của địch tốt hơn là phá vỡ chúng. Sử dụng nguyên tắc này, ta có thể hiểu rằng chiến thắng một trăm lần trong một trăm trận đánh không phải là thành tích tối thượng. Thành tích tối thượng là khuất phục kẻ thù mà không cần giao chiến.

Bởi vậy, hình thức chiến tranh cao nhất là rộng mưu[5] hơn kẻ thù, kế đến là phá vỡ đồng minh[6] của kẻ thù, rồi mới tới đánh bại quân địch trong chiến trận[7]. Thấp nhất là hãm thành địch[8]. Chiến thuật vây hãm chỉ nên được thực hiện nếu không thể tránh khỏi. Thời gian vây hãm rất tốn kém. Phải mất đến ba tháng để chế tạo và chuẩn bị vũ khí công thành.[9] Phải mất thêm ba tháng nữa để nâng công trình các ụ đất[10] lên quanh tường địch. Nếu tướng mất kiên nhẫn xua binh sĩ bu như kiến xung quanh thành để rồi quân ta thương vong mất một phần ba mà thành thì chưa lấy được. Đấy là những hiểm họa do một cuộc bao vây mang lại.

Thế nên, kẻ giỏi dùng binh không cần lâm trận mà khuất phục được quân địch. Chiếm được thành của địch mà không phải công phá. Hủy diệt nước địch mà không cần kéo dài việc binh bị. Tất cả là bảo toàn lực lượng bằng chiến lược. Do đó sức không hao mòn mà vẫn được toàn lợi. Đây chính là mưu lược của nghệ thuật tấn công.

Chính vì vậy, khi triển khai quân đội, nếu binh sĩ ta đông hơn kẻ thù gấp mười thì bao vây, gấp năm lần thì tấn công,[11] gấp đôi thì chia quân.[12] Nếu lực lượng bằng nhau thì tìm kế phân tán lực lượng địch.[13] Nếu binh sĩ ta ít hơn địch thì nên tránh né những đòn tấn công của địch. Nếu địch quá đông thì ta nên rút quân hoàn toàn. Cho nên tiểu quân mà kiên gan thì tất bại.

Tướng là rường cột của quốc gia. Nếu rường cột chắc thì nước mạnh. Nếu rường cột lỏng thì nước yếu.

Vua làm hại quân có ba điều. Một là không rõ quân mình không thể tiến mà cứ bảo tiến. Không rõ quân mình có thể lùi mà cứ bảo lùi. Đó gọi là trói quân. Hai là không rõ nội tình của ba quân mà xen vào việc quản lý quân đội thì tướng sĩ sẽ sinh ra hoang mang. Ba là không rõ việc quyền biến của ba quân mà xen vào gánh vác trách nhiệm chỉ huy thì tướng sĩ sẽ sinh ra ngờ vực. Nếu ba quân đã ngờ vực và hoang mang thì các nước chư hầu sẽ thừa cơ hội mà quấy phá. Đây gọi là tự loạn quân, dẫn kẻ khác đến thắng mình.

Có năm chìa khóa để giành chiến thắng: biết khi nào đánh và khi nào không thì mang lại thắng lợi. Biết dùng quân nhiều, quân ít thì sẽ mang thắng lợi. Trên dưới một lòng thì sẽ mang thắng lợi. Lấy phòng bị đánh không bị thì sẽ mang chiến thắng. Tướng giỏi mà không bị vua kiềm chế thì sẽ mang chiến thắng. Tất cả năm điều này là con đường thực sự của thành công.

Vì vậy chúng ta có thể nói, biết ta biết địch trăm trận không nguy. Biết ta mà không biết địch thì một thắng một thua. Không biết ta cũng không biết địch thì không bao giờ thắng.

CHƯƠNG 4
Quân Hình
軍形

CHƯƠNG 4
QUÂN HÌNH 軍形

Tướng giỏi ngày xưa trước tiên đảm bảo cho quân mình không thể bị đánh bại rồi mới đợi dịp kẻ thù tự khốn đốn để giành thắng lợi. Ta không bị đánh bại vì có chuẩn bị vẹn toàn. Ta có thể thắng địch vì chúng sơ hở. Cho nên tướng đánh giỏi thì biết tạo điều kiện làm cho quân địch không sao thắng nổi mình. Nhưng không có cách nào chắc chắn làm cho địch sơ hở[1] để đánh bại chúng. Vì thế thắng có thể biết nhưng chẳng có thể cưỡng cầu.

Trong khi ta không bảo đảm chiến thắng thì cố thủ. Khi ta bảo đảm thắng thì tấn công. Thủ vì nằm trong thế không thể thắng kẻ thù. Tấn công vì ta thừa sức thắng. Kẻ giỏi thủ thì có thể ẩn mình dưới chín tầng đất[2]. Kẻ giỏi tấn công thì có thể tấn công từ chín tầng trời[3]. Bằng cách này, ta có thể hoàn toàn tự bảo vệ lực lượng của mình và giành chiến thắng vẹn toàn.

Chỉ thấy cái chiến thắng mà mọi người đều biết thì chưa phải là thực giỏi. Một chiến thắng được hoan nghênh bởi mọi người không có nghĩa là lớn nhất của chiến thắng. Ta không cần sức mạnh để nhấc một cọng lông. Ta không cần sáng mắt để thấy mặt trời. Ta cũng không cần thính tai để nghe tiếng sấm sét. Kẻ thiện chiến đời xưa không những thắng trận mà thắng rất dễ dàng.[4] Cho nên cái thắng của kẻ thiện chiến không có danh là trí, cũng không có tiếng là dũng. Được chuẩn bị cho mọi hoàn cảnh thắng trận là những gì đảm bảo chiến thắng nhất định. Đây có nghĩa là ta đang chiến đấu với kẻ thù đã bị đánh bại.

Vì vậy, một binh gia giỏi trước tiên đặt mình vào vị trí vô hình và sau đó đảm bảo ta không bỏ lỡ cơ hội quan trọng để đánh bại kẻ thù. Một đội quân thành công đầu tiên đảm bảo bất khả chiến bại rồi mới không bỏ lỡ cái thua của địch. Quân thắng thì trước nắm chắc kế thắng sau mới ra quân. Quân bại thì trước chiến rồi sau mới tìm sự thắng. Kẻ giỏi dụng binh ắt tu sửa chính nghĩa và kiện toàn phép tắc vì đây là giềng mối để nắm chắc quyền quyết định thắng bại.

Trong nghệ thuật chiến tranh, một là đo, hai là lường, ba là đếm, bốn là cân và năm là chiến thắng. Đo để xác định địa hình đôi bên rộng hẹp, dài ngắn. Đo xong phải lường để xác định vật liệu tài nguyên đôi bên nhiều ít. Lường xong phải đếm để xác định quân số đôi bên nhiều ít. Đếm xong phải cân để xác định thực lực quân số đôi bên mạnh yếu. Cân xong thì biết được ai thắng ai bại.

Địa hình khác nhau nên tài nguyên khác nhau. Tài nguyên khác nhau nên quân số khác nhau. Quân số khác nhau nên thực lực khác nhau. Thực lực khác nhau nên kết quả thắng bại khác nhau. Cho nên binh thắng, thắng như lấy dật[5] cân với thù[6]. Binh bại thì như thù cân với dật. Một quân đội chiến thắng giống như tháo dòng nước lũ trên cao vạn trượng[6] đổ xuống. Đó gọi là quân hình.

Chương 5
Quân Thế
兵 勢

CHƯƠNG 5
QUÂN THẾ 兵 勢

Những nguyên tắc kiểm soát một quân số lớn giống như một quân số nhỏ. Yếu tố thiết yếu là cách tổ chức. Chỉ huy một quân số lớn ra trận cũng giống như một quân số nhỏ. Đó là vấn đề đội hình và thông tin. Để giữ được toàn binh không bị phá vỡ trước sự tấn công của quân thù là nhờ dùng kỳ[1] và chính[2]. Để làm cho sức mạnh tấn công của quân ta như một hòn đá đập nát một quả trứng, ta phải nắm vững phép hư thực[3].

Trong tác chiến, cách giao tranh trực tiếp bằng chính binh được sử dụng để tấn công, nhưng cách giao tranh xiên bên hông bằng kỳ binh là những gì để đạt được chiến thắng.

Một vị tướng hiểu việc sử dụng kỳ binh thì có một nguồn chiến thuật vô tận như trời và đất, giống như sông và đại dương, sẽ không bao giờ cạn kiệt. Giống như mặt trời và mặt trăng, giảm đi và sau đó bổ sung, liên tục làm mới như chu kỳ của bốn mùa. Chỉ có năm nốt cơ bản trong âm nhạc nhưng các biến thể của chúng thì vô hạn. Chỉ có năm màu[4] cơ bản, nhưng khi pha trộn, sắc thái và màu sắc của chúng thì vô hạn. Chỉ có năm vị[5] cơ bản, nhưng sự kết hợp của chúng tạo ra nhiều hương vị không thể nếm xiết. Trong chiến lược quân sự, chỉ có kỳ và chính, nhưng trong đó chúng cung cấp một loạt các chiến thuật vô tận. Chính và kỳ dính một cách tự nhiên vào nhau, như bánh xe đang quay, ai có thể lần ra đầu mối?

Sự gia tăng của nước lũ cuốn phăng tảng đá nhờ ở thế nước. Đây được gọi là quân thế. Chim ưng nhào xuống vồ nát con mồi trong chớp nhoáng. Đây được gọi là thời điểm. Vì vậy, cái quân thế của kẻ thiện chiến thì không ai có thể cưỡng lại mà thời điểm thì rất chính xác. Quân thế là sự căng của dây cung lúc giăng hết mức. Thời điểm là lúc bắn tên.

Trong tình huống hỗn loạn rối ren của trận chiến, quân ta có vẻ như đang hỗn loạn, nhưng trên thực tế không thể bị rối loạn. Trong tình thế hỗn loạn và rối ren, những phân bố của quân ta có vẻ như vô hàng ngũ, nhưng trên thực tế thì vô hình. Bằng cách này, sự hỗn loạn rõ ràng nạ mặt cho có tổ chức thực sự. Hèn nhát nạ mặt cho dũng cảm. Yếu sức nạ mặt cho sức mạnh.

Địch hỗn loạn là do ta có trị. Địch hèn nhát là do ta có dũng cảm. Địch suy yếu là do ta lớn mạnh. Trị hay loạn là do tổ chức tạo nên. Hèn nhát hay dũng cảm là do thế tạo nên. Lớn mạnh hay suy yếu là do binh hình tạo nên. Kẻ thiện chiến thì giữ thế chủ động, dùng binh hình để dụ địch đuổi theo. Ta thả mồi nhỏ để dụ địch đến chiếm đoạt rồi giăng bẫy mà bắt chúng.

Cho nên tướng giỏi tác chiến thì tạo nên hình thế có lợi mà không trách lỗi cấp dưới. Biết chọn lựa nhân tài mà tạo lợi thế. Tướng giỏi tác chiến thì tạo thế giống như lăn gỗ đá. Tính chất của gỗ đá là yên tĩnh trên mặt phẳng, nghiêng dốc thì động, vuông thì dừng và tròn thì lăn. Cho nên tướng giỏi tác chiến giống như lăn tảng đá tròn từ trên núi cao vạn trượng xuống chân núi. Đó chính là quân thế vậy.

Quân thế của các chiến binh thiện chiến giống như một tảng đá tròn lăn xuống từ đỉnh núi cao nghìn trượng. Đó là những gì tôi phải nói về quân thế.

Chương 6
Hư Thực
虛實

CHƯƠNG 6
HƯ THỰC 虛 實

Một nguyên tắc chung là quân đội đến vị trí tác chiến trước thì chủ động mà nhàn rỗi. Quân đội đến vị trí tác chiến sau thì bị động mà vất vả mỏi mệt. Cho nên kẻ thiện chiến thì điều động địch chứ không để địch điều động mình.

Khiến kẻ địch tự đến thì lấy lợi mà nhử. Khiến kẻ địch không đến thì lấy họa mà dọa. Sử dụng cùng nguyên tắc, nếu kẻ thù nhàn hạ, ta khuấy rối chúng. Nếu kẻ thù no đủ, ta làm cho chúng đói khát. Nếu kẻ thù đóng đồn yên ổn, ta làm chúng di chuyển. Đó là vì ta tấn công vào các điểm yếu mà kẻ thù phải đến ứng cứu và khởi động các cuộc tấn công chớp nhoáng vào những nơi mà chúng không ngờ. Quân ta có thể đi nghìn dặm mà không mệt nhọc vì nhờ đi vào chỗ không người cản trở. Muốn chắc thắng, ta chỉ tấn công nơi địch không cách gì phòng thủ. Muốn phòng thủ chắc chắn, ta kiên thủ những nơi địch không thể đánh được.

Vì vậy, người giỏi đánh thì địch không biết đâu mà phòng thủ. Người giỏi phòng thủ thì địch không biết đâu mà đánh. Tinh tế thay! Tinh tế đến mức ta có thể làm cho mình vô hình. Bí mật thay! Bí mật đến mức ta có thể di chuyển mà không tạo âm thanh. Bởi thế nên ta giữ số phận kẻ thù trong lòng bàn tay. Ta tấn công mà địch không ngăn nổi vì ta đánh vào chỗ không người. Ta lui quân mà địch không thể đuổi theo vì ta thoát thân mau lẹ. Nhưng nếu ta muốn đánh, mặc dù chúng có hào sâu, thành lũy cao cũng không lẩn tránh được vì ta đánh vào nơi mà họ phải cứu viện. Nếu ta không muốn đánh thì vạch đất mà thủ, làm cho địch không tìm ra ta mà đánh vì đã bị ta gieo nghi ngờ làm chúng lạc hướng.

Ta làm cho địch lộ hình còn ta giấu kín thì ta có thể giữ lực lượng của mình thống nhất trong khi địch bắt buộc phải phân tán phòng thủ mọi nơi. Ta tập trung quân làm một và địch phải phân tán làm mười thì tỉ lệ là mười chọi một. Như thế quân ta đông, quân địch ít. Dùng nhiều quân đánh ít quân, phần thắng rõ ràng luôn nghiêng về bên ta bất cứ ở thời điểm nào.

Vì không thể biết nơi ta muốn tấn công nên địch phải điều quân phòng thủ khắp nơi. Với lực lượng địch phân tán mỏng, bất cứ nơi đâu ta muốn tấn công, quân địch nơi đó sẽ ít. Nếu địch phòng thủ ở trước thì sau sẽ ít binh. Nếu địch phòng thủ ở cánh tả thì cánh hữu sẽ ít binh .v.v. Nếu địch cố gắng phòng thủ mọi nơi thì mọi vị trí sẽ bị yếu đi.

Quân lực yếu mỏng là do phòng thủ mọi nơi. Quân lực mạnh là do ta bắt địch phải phòng thủ khắp chốn. Ta thiếu binh là bởi phân tán quân để đề phòng địch. Ta dư binh là bởi khiến địch đề phòng ta.

Nếu biết trước được thời gian và địa điểm nơi giao chiến thì ta có thể dễ dàng đi nghìn dặm để đến nơi hợp quân mà tác chiến. Nếu không biết trước được thời gian và địa điểm nơi giao chiến thì ta không biết nên hợp quân ở phía mặt trước để cứu quân ở phía mặt sau, mặt sau không cứu được mặt trước, mặt trái không cứu được mặt phải, mặt phải không cứu được mặt trái. Huống hồ chi các đội quân cách xa nhau vài nghìn dặm. Dẫu có vài dặm cũng làm sao cứu nhau? Theo dự tính của tôi trong điều kiện này, vượt người về quân số không nhất thiết là yếu tố quyết định thắng bại. Cho nên thắng lợi do ta tạo thành. Địch tuy đông, ta có thể khiến cho chúng không thể đọ sức với ta.

Lập kế hoạch để khám phá ý định của kẻ thù mới có thể tính toán việc được thua. Khiêu khích quân địch để biết và nắm được qui luật hoạt động của chúng. Nhử chúng phải ra quân nơi ta có thể xem xét được sức tác chiến để thấy điểm mạnh cùng điểm yếu của địch. Xem xét tình hình để biết địch bố trí thiếu hay thừa quân.

Ta ngụy trang thật khéo như vô hình cho địch không nhận ra tung tích. Đã vô hình thì gián điệp địch có chui sâu cũng không dò xét được. Vì không dò xét được nên bậc cơ trí của địch cũng chẳng biết đối phó với ta bằng cách nào.

Mọi người đều thấy ra rằng ta ở hình thế ắt thắng nhưng không ai nhận ra rằng ta tùy vào hình thế của địch mà biến hóa để chiến thắng. Người ta chỉ biết ta dùng cách nào để thắng địch nhưng không biết ta vận dụng phương cách ấy như thế nào. Cho nên ta không dùng cùng một chiến thuật hai lần mà phải biến hóa linh hoạt tùy theo tình huống mới của địch.

Chiến lược quân sự giống như dòng nước chảy. Đặc tính của nước là tránh chỗ cao mà chảy vào chỗ thấp. Vậy thắng lợi trong chiến tranh là do tránh chỗ địch mạnh, tấn công chỗ địch yếu. Nước tùy theo địa hình mà thích nghi. Tác chiến thì tùy theo tình hình địch mà sắp đặt. Cho nên không có gì nhất định trong chiến tranh như nước không bao giờ giữ hình thái nhất định. Vì vậy, một vị tướng đạt được chiến thắng bằng cách lược định phương cách chiến thuật của mình dựa theo tình hình biến đổi của địch thì được gọi là thần diệu.

Trong ngũ hành[1], không có hành nào thịnh mãi. Không mùa nào trong bốn mùa[2] kéo dài vô thời hạn. Mặt trời mọc rồi lặn. Mặt trăng khi tròn khi khuyết.

Chương 7
Tranh Lợi
軍爭

CHƯƠNG 7
TRANH LỢI 軍 爭

Theo phép dùng binh, tướng nhận lệnh từ vua. Đây là công việc của tướng lĩnh hầu để sắp xếp các lực lượng sẵn có, đưa binh sĩ vào thứ tự hiệu quả, xây dựng dinh trại và bày trận đối địch. Sau đó, khó khăn nhất của mọi việc là tranh lợi chống quân thù. Những khó khăn vốn có trong công việc này là sự cần thiết biến cong thành thẳng và biến những bất lợi thành lợi thế. Cho nên tướng có thể dẫn quân đi vòng, lấy lợi nhỏ dụ để đánh lạc hướng địch. Bởi vậy, ta đi sau mà đến trước mục tiêu. Đó là sự thành thạo của việc biến cong thành thẳng.

Đem quân đi tranh lợi chống quân thù có khi có lợi mà cũng có khi rất nguy hiểm. Nếu chờ đợi để tập hợp lực lượng với các thiết bị đầy đủ trước khi cố gắng chiếm một lợi thế, ta có nguy cơ đến quá muộn. Nếu vội vã bỏ trang bị để chiếm lợi thế, ta cũng có nguy cơ mất thiết bị để lại. Nếu ra lệnh buộc binh sĩ phải hành quân với áo giáp gói trong túi quân trang, di chuyển đêm ngày mà không nghỉ ngơi để tăng gấp đôi quãng đường, vượt qua trăm dặm để tới tranh lợi thì tướng lãnh cầm ba quân[1] có thể bị bắt. Những binh sĩ mạnh khoẻ hơn sẽ tới trước, còn những kẻ yếu sẽ đến sau và chỉ một phần mười binh sĩ thực sự sẽ đến đích đúng giờ. Nếu hành quân năm mươi dặm thì tướng lãnh và tiền quân sẽ bị ngăn chặn và một nửa lực lượng sẽ đến. Nếu hành quân ba mươi dặm thì chỉ hai phần ba tới. Bởi thế quân đội không có quân nhu ắt thua, không có lương thực ắt đói, Không có vật tư ắt khó sống.

Chưa hiểu được mưu đồ của chư hầu thì không thể tính trước việc kết giao. Chưa biết được địa thế núi đồi, rừng rậm thì không thể dẫn quân qua đó. Tướng phải tận dụng kiến thức của người địa phương mới tận dụng tốt nhất các tính năng trong thiên nhiên nơi đó. Cho nên dùng binh đánh trận phải dựa vào ứng biến giả trá mà hành động, phải dựa vào sự lợi ích mà hành động và tùy hoàn cảnh mà ứng biến. Bởi vậy, binh chuyển thần tốc thì nhanh như gió lốc, chậm thì dày đặc như rừng rậm, lấn cướp thì như lửa cháy, kiên thủ thì như núi, bí ẩn thì như đêm tối và tấn công thì như sấm sét.

Chiếm được làng xã thì chia quân ra giữ. Mở rộng bờ cõi thì chia lợi mà dùng. Cân nhắc so đo cẩn thận rồi tùy cơ hành động. Chiến thắng thuộc về người nắm vững sự kết hợp của cong và thẳng. Đó là phương cách dùng tranh lợi chống địch.

Sách Quân Chính nói: trong chiến trận, tiếng nói của con người không đủ mạnh để nghe, đó là lý do tại sao chúng ta sử dụng cồng chiêng và kèn. Tầm nhìn của chúng ta không đủ chính xác, đó là lý do tại sao chúng ta sử dụng các biểu ngữ và cờ. Bày ra chiên trống và cờ xí để toàn quân nghe cùng tai và thấy cùng mắt mà hành động nhất trí. Thống nhất trong sự hiểu biết, người dũng cảm không thể tiến một mình và kẻ hèn nhát không tự rút lui. Đây là nghệ thuật quản lý quân đội. Cho nên trong giao tranh ban đêm thì dùng chiên, trống và lửa làm tín hiệu và ban ngày thì dựa vào chiên, trống, cờ xí và biểu ngữ để thích nghi với tai và mắt của quân đội mình.

Đối với ba quân[2] của địch ta nên làm tiêu tan nhuệ khí của chúng. Đối với tướng của địch ta nên gieo rắc mối nghi ngờ lòng quyết tâm của họ. Sĩ khí quân đội, lúc mới đến thì bén nhọn mạnh mẽ, sau một thời gian thì uể oải biếng nhát và cuối cùng thì mong về. Cho nên kẻ giỏi dụng binh thì tránh nhuệ khí quân địch lúc mới đến và đánh vào lúc uể oải muốn về. Đó là phép làm tiêu tan nhuệ khí ba quân địch. Lấy quân ta nghiêm chỉnh để đối phó với quân địch hỗn loạn. Lấy quân ta điềm tĩnh đối phó với quân địch hoang mang. Đó là phép trị lòng quyết tâm của tướng địch. Lấy quân ta ở gần chờ quân địch ở xa. Lấy quân ta nhàn chờ quân địch mệt. Lấy quân ta no chờ quân địch đói. Đó là phép trị quân sức. Chớ đánh kẻ địch lúc chỉnh tề. Chớ đánh kẻ địch đang hùng mạnh. Đó là phép trị biến.

Những nguyên tắc căn bản khi dụng binh: chớ đánh địch ở đồi cao. Chớ đánh địch đang dựa gò núi. Chớ đuổi theo địch giả thua chạy. Chớ đánh quân hăng. Chớ đánh quân nhử. Chớ cản quân về. Chớ bao vây mà không chừa lối thoát. Chớ bức bách giặc đang lúc cùng khốn. Đó là nghệ thuật tranh lợi trong chiến tranh.

Chương 8
Chín Biến
九變

CHƯƠNG 8
CHÍN BIẾN 九變

Trong tiến hành chiến tranh, tướng nhận mệnh lệnh từ vua rồi sắp xếp các lực lượng quân đội sẵn có. Tướng phải biết rằng nếu địa hình không thuận lợi, không đóng quân. Nếu đường xá và thông tin liên lạc tốt, hãy kết giao với đồng minh. Không nán lại trên đất cằn cỗi[1]. Nếu bị vây[2], phải nghĩ mưu lạ và trong tình huống sống chết[3], phải liều đánh. Có những đoạn đường, ta không nên dẫm lên.[4] Quân địch, có lúc ta không đánh.[5] Thành vách, có khi ta không hãm.[6] Có những vị trí ta không nên chiến đấu.[7] Thậm chí có những mệnh lệnh từ vua mà ta không nên tuân theo.[8]

Một vị tướng hiểu thấu đáo chín biến trên sẽ biết cách sử dụng quân đội của mình. Một vị tướng không thấu triệt các điều ấy thì mặc dù biết rõ địa hình cũng không thể biến chúng thành địa lợi cho mình. Một vị chỉ huy không biết vận dụng chín biến thì dầu có năm lợi[9] cũng không phát huy được cách dụng binh.

Bậc cơ trí luôn xem xét cả lợi lẫn hại bằng nhau. Xem xét những bất lợi của một tình huống thuận lợi, ta có thể chắc chắn đạt được mục đích của mình. Xem xét những tiềm năng lợi thế của một tình huống nguy hiểm, ta có thể tìm ra cách giải quyết những khó khăn của mình.

Muốn khuất phục chư hầu thì lấy hại mà dọa. Muốn sai khiến chư hầu thì buộc họ vào những việc mà họ không thể không làm. Muốn lôi cuốn chư hầu thì phải dùng lợi nhỏ để mua chuộc.

Nguyên tắc dụng binh là không dựa vào địch không đến đánh mà trông đợi vào việc ta có sẵn mưu sách đối phó. Không dựa vào địch không tấn công mà chắn chắn vào khả năng phòng thủ những vị trí của mình.

Có năm nhược điểm nguy hiểm thường xảy ra cho tướng: sự liều lĩnh coi thường cái chết sẽ thực sự dẫn đến cái chết. Tướng tham sống sẽ bị bắt. Tướng nóng giận dễ mắc mưu địch. Tướng tự cao tự đại dễ mang lại nhục nhã. Tướng thương dân thì dễ bị phiền lụy. Năm điều này là những sai lầm chung của các tướng lĩnh và là thảm họa đối với sự tiến hành thành công trong chiến tranh. Khi quân bại và tướng bị giết, lý do không ngoài năm nhược điểm trên. Ta cần xem xét kỹ.

CHƯƠNG 9
Hành Quân
行軍

CHƯƠNG 9
HÀNH QUÂN 行軍

Trong vấn đề hành quân đóng trại và quan sát các chuyển động của kẻ thù ở những địa hình khác nhau thì khi đi qua rừng núi và thung lũng, ta chọn vị trí cao, dựa vào khe suối[1] và đối mặt về phía đông để cắm trại. Chớ nên leo lên[2] để tham gia trận chiến trên mặt đất cao, ta nên đánh xuống[3], tránh đánh lên. Đó là những gì ta cần biết về địa hình rừng núi và thung lũng.

Một khi ta đã vượt qua sông thì di chuyển ra xa nó. Nếu kẻ thù vượt sông đánh ta, chớ nên giao chiến giữa dòng. Ta có thể chiếm lợi thế bằng cách để một nửa lực lượng kẻ thù vượt qua và sau đó tấn công.[4] Chớ nên tấn công bên kia bờ khi địch tiếp cận con sông. Chọn một vị trí trên cao hướng về phía đông để đợi và chớ nên đón địch ngược dòng sông.[5] Đây là cách chiến đấu trên mặt nước.

Vượt qua đầm lầy muối mặn càng nhanh càng tốt và không nán lại.[7] Nếu chiến đấu trong những đầm lầy như vậy, hãy đóng binh ở nơi đầm cỏ nước và nương tựa vào cây cối ở phía sau lưng ta. Đây là cách chiến đấu trong đầm lầy muối mặn.

Trên mặt đất bằng phẳng, nơi dễ thiết lập trại, chọn một chỗ bằng phẳng dễ dàng đi lại, có mặt đất cao ở bên phải và phía sau, để nguy hiểm ở phía trước cho địch và an toàn phía sau cho ta. Đó là cách đóng quân ở đất bằng phẳng.

Bốn qui tắc nói trên hữu ích cho việc hành quân đóng trại. Đó là những nguyên tắc mà vua Huỳnh Đế[7] đã thuận lợi đánh bại bốn vị hoàng đế lân cận.

Khi dừng quân hạ trại thì tránh nơi ẩm thấp mà ở nơi cao ráo, tránh chỗ tối tăm mà ở nơi sáng sủa. Nếu ta nuôi quân đầy đủ và có chỗ nương tựa kiên cố cũng như nếu ta chăm sóc sức khỏe của binh sĩ và đóng trại trên mặt đất khô cứng thì binh sĩ sẽ tránh được tất cả các bệnh thông thường. Đây là một công thức bảo đảm cho chiến thắng.

Khi đến gò đồi, đê điều, hãy chiếm vị trí nơi mặt trời nắng với đất cao bên phải và phía sau ta. Điều này sẽ triển khai binh sĩ tận dụng lợi thế tốt nhất và tận dụng toàn bộ địa hình.

Nếu con sông bị nước dâng cao và trên mặt nước có bọt vì mưa lũ trên nguồn trôi xuống mà ta muốn vượt qua thì hãy chờ cho nước giảm xuống.[8]

Nếu gặp thác núi, hóc sâu, đường cùng, bụi cây sâu, đầm lầy hoặc khe suối hẹp thì ta phải để ý và tránh xa. Đồng thời cố gắng để buộc kẻ thù hướng tới những nơi như vậy, rồi ta tới đánh thì địch sẽ dựa vào các nơi đó nên phải gặp nguy.

Gần nơi quân ta đóng quân ở những vùng đất đồi núi, nơi có các ao sậy hoặc gỗ có bụi, ta lục soát cẩn thận vì đấy là nơi lý tưởng để kẻ thù mai phục. Nếu kẻ thù ở gần mà yên tĩnh không tấn công thì chúng tự tin vào sức mạnh đã chiếm được lợi thế địa hình. Nếu kẻ thù ở xa nhưng cho người đến thách thức để chiến đấu thì họ đang dụ ta tiến quân tấn công. Nếu trại của kẻ thù dường như rộng mở để ta tấn công thì đó là một cái bẫy. Nếu cây cối và bụi cây dường như đang chuyển động thì kẻ thù đang đến. Nếu thấy những khối bất thường được kết lại để ngăn bước tiến quân của ta giữa những cây sậy và cỏ thì kẻ thù đang gài bẫy. Nếu chim chóc đột nhiên bay lên là có phục kích ở dưới và động vật kinh hãi bỏ chạy là địch muốn đánh úp bất ngờ. Nếu bụi bay cao và nhọn thì đó là địch đi xe ngựa mà đến. Nếu bụi bay thấp mà rộng là do binh lính đi bộ tới. Khi bụi tản mác theo nhiều đường khác nhau là địch đang kiếm củi. Những đám mây bụi nhỏ di chuyển đến và đi có nghĩa là kẻ thù đang dựng trại.

Nếu sứ giả kẻ thù nói những lời khiêm tốn trong khi tăng cường chuẩn bị quân sự là dấu hiệu kẻ thù muốn tấn công. Nếu sứ giả nói bằng ngôn ngữ bạo lực trong khi lực lượng của họ tiến về phía trước như thể tấn công. Đó là một dấu hiệu cho thấy họ đang chuẩn bị rút lui. Nếu những cỗ xe hạng nhẹ chạy ra ngoài và dàn ra hai bên sườn, đó là dấu hiệu cho thấy kẻ thù đang thành lập đội hình để chiến đấu.

Không hẹn trước mà đề nghị một thỏa thuận ngưng chiến thì trong có chứa âm mưu. Nếu thấy quân đội của kẻ thù đổ xô về và hình thành thì một cuộc tấn công quyết định đang đến. Nếu quân địch dường như là một nửa tiến và rút lùi một nửa thì đó là một cái bẫy. Nếu quân địch đang dựa vào giáo thì là họ đang đói. Nếu quân địch đi lấy nước, uống trước khi mang về thì họ đang khát.[9] Nếu quân địch không tận dụng được những cơ hội rõ ràng thì họ đã kiệt sức. Nơi mà các loài chim tụ tập mà không bị quấy rầy là chốn không có doanh trại địch. Xáo trộn trong trại quân địch vào ban đêm có nghĩa là họ đang sợ hãi. Tình trạng bất ổn lan rộng trong quân địch là do sự yếu kém trong cấp chỉ huy. Nếu cờ xí và biểu ngữ của quân địch ngã nghiêng thì có sự rối loạn giữa quân đội. Nếu các sĩ quan địch tức giận và cáu kỉnh thì họ đang chán nản. Quân đội địch đem lúa gạo cho ngựa ăn và giết mổ động vật để ăn thịt, nếu không treo nồi nêu và trở về lều thì họ đã sẵn sàng cho sự tấn công cuối cùng. Những người lính rúc vào nhau và thì thầm, đó là dấu hiệu của sự bất mãn trong hàng ngũ giữa những người lính và cấp chỉ huy.

Nếu địch thưởng luôn thì họ đang cùng thế. Nếu địch phạt luôn thì họ đang ở trong tình trạng nguy khốn. Đối với tướng địch ban đầu hung dữ với binh sĩ nhưng sau thì trong lòng sợ hãi, đó là tướng ngu dốt.

Địch đem người hay lễ vật đến làm tin và nói lời từ tốn là họ đang muốn nghỉ ngơi. Địch giận dữ kéo binh đến bày trận mà không tiến thoái thì ta nên quan sát cẩn thận. Nếu ta không có lợi thế trong quân số hoặc một bế tắc trong quân sự, vậy tất cả những gì cần làm là tập trung lực lượng của ta ở một nơi, tiếp tục theo dõi kẻ thù và tăng thêm quân. Một vị tướng thiếu thận trọng về việc đánh giá thấp kẻ thù thì chắc chắn sẽ bị bắt.

Tướng chưa được binh sĩ gắn bó tin cậy mà trừng phạt thì chúng không phục. Không phục thì khó dùng. Nếu tướng đã cảm phục binh sĩ nhưng không trừng phạt lúc thích hợp thì họ cũng sẽ vô dụng. Vì vậy, tướng phải kết hợp binh sĩ với nhau bằng nhân đạo và ràng buộc họ bằng kỷ luật. Đây là con đường dẫn đến bất khả chiến bại.

Thực hiện sự nhất quán trong các mệnh lệnh cùng chỉ thị thì binh sĩ sẽ trung thành với tướng. Nếu không có sự nhất quán, binh sĩ sẽ không biết đâu mà nghe theo. Đó là những ích lợi chung cho cả tướng lĩnh lẫn binh sĩ để duy trì tính nhất quán.

Chương 10
Địa Hình
地 形

CHƯƠNG 10
ĐỊA HÌNH 地形

Địa hình có thể được phân loại như thế nầy: đất thông, đất vướng, đất tán, đất hẹp, đất hiểm và đất viễn.

Đất thông là đất mà bên nào cũng tới hoặc qua được. Để giữ tay trên trong địa hình này, hãy chắc chắn chiếm lấy những chỗ cao đầy nắng[1] và nhìn được vào các con đường cung cấp của ta. Chiếm trước địa thế này và chờ địch tới giao chiến thì sẽ thắng.

Đất vướng là địa hình đi vào thì dễ dàng, đi ra thì khó khăn.[2] Trên địa hình như vậy, nếu kẻ thù chuẩn bị kém, ta sẽ dễ dàng mạo hiểm và đánh bại họ. Tuy nhiên, nếu kẻ thù chuẩn bị chu đáo và cuộc tấn công của ta thất bại thì ta sẽ rất khó quay trở lại vì ta đã nằm trong một thế bất lợi nghiêm trọng.

Nếu cả hai bên đều không thể chiếm lấy lợi thế khi vào thì địa hình này được gọi là đất tán.[3] Khi vào địa hình này, mặc dầu kẻ thù có cho một lợi thế hấp dẫn, ta kiềm chế bản thân bằng cách dẫn quân ra xa để lôi kẻ thù ra ngoài. Sau đó, khi quân địch ra nửa chừng, ta liền quay lại tấn công thì sẽ có lợi hơn.

Đối với đất hẹp[4], ta phải chắc chắn chiếm và củng cố vị trí trước, sau đó đợi kẻ thù vào. Nếu kẻ thù đến đó trước và đã có cơ hội củng cố vị trí thì ta chẳng nên đánh họ. Tuy nhiên, nếu kẻ thù chưa củng cố vị trí, ta nên tới bố trí và tấn công.

Gặp đất hiểm[5], nếu ta đến đó trước thì chiếm những chỗ cao đầy nắng, dễ quan sát và chờ kẻ thù. Nếu địch đến đó trước thì ta chớ đánh và nên lui quân.

Đất viễn[6] là nơi xa rộng. Nếu ta vào địa hình này và hai bên với lực lượng đồng đều, rất khó để chiến đấu và ngay cả khi có thể, ta cũng không có lợi thế.

Trên là sáu nguyên tắc lợi dụng địa hình và đó là trách nhiệm chính của bất kỳ tướng lĩnh cầm quân nào để suy xét cho thật kỹ.

Việc binh có sáu điều tất bại. Không gì trong số đó xuất phát do tai họa trời đất[7] mà tất cả đều là lỗi của tướng. Đó là binh bỏ chạy[8], binh trì tệ, binh tù hãm, binh sụp đổ, binh hỗn loạn và binh thua chạy[9].

Binh bỏ chạy là do khi thế lực ngang nhau nhưng lấy một chọi mười nên binh phải bỏ chạy. Binh trì trệ là do sĩ quan cao cấp hăng hái mà tướng lãnh thì nhu nhược. Tướng lãnh mạnh mẽ nhưng sĩ quan cao cấp nhu nhược thì gọi là binh tù hãm. Binh sụp đổ là do các sĩ quan cao cấp nổi giận và tự xuất chiến mà không chờ lệnh trên, trước khi chủ tướng có thể đánh giá cơ hội thành công. Tướng không biết năng lực của các sĩ quan cấp cao nên binh ắt sụp đổ. Binh hỗn loạn là do tướng nhu nhược thiếu uy nghiêm, chỉ huy thiếu nhất quán và lòng quân bất bình. Tất cả điều này dẫn tới binh hỗn loạn. Tướng không đánh giá chính xác sức mạnh của địch, lấy ít chống nhiều, lấy yếu chống mạnh, tác chiến thiếu quân tinh nhuệ tiên phong. Đó là kết quả của binh thua chạy.

Sáu điều nói trên mang đến thất bại. Tướng mang trọng trách không thể không xét kỹ.

Địa hình là yếu tố hỗ trợ cho sự dụng binh. Khả năng đánh giá chính xác tình hình địch mà sắp đặt quân đội giành lợi thế chiến thắng, tính toán chướng ngại vật, thế nguy hiểm và khoảng cách xa gần, đây là đạo làm tướng. Nếu hiểu tất cả điều này và áp dụng vào thực tế, tướng chắc chắn sẽ thắng. Nếu không hiểu và cũng không thực hành, tướng sẽ bị đánh bại.

Cho nên, sau khi phân tích các qui luật chiến tranh mà thấy tất cả những điều chỉ đến chiến thắng chắc chắn thì tướng phải đánh, ngay cả khi vua không ra lệnh. Tương tự, tướng phải biết từ chối lệnh vua chiến đấu nếu các dấu hiệu không chỉ đến chiến thắng. Một vị tướng tiến mà không cầu danh vọng, lui mà không sợ phạm tội[10] nhưng chỉ nghĩ đến việc bảo vệ người dân và làm lợi cho vua. Tướng như vậy thực sự là một kho báu vô giá của quốc gia.

Đối xử với binh sĩ như con cái, ta có thể dẫn họ vào chốn vực sâu. Đối xử với binh sĩ như con cưng, họ sẽ đứng bên ta cho đến chết. Tuy nhiên, hậu đãi mà không sử dụng được, thương yêu mà không sai khiến được, phạm pháp mà không trừng trị được thì binh ấy sẽ trở nên vô dụng như những đứa trẻ hư hỏng. Tướng không thể dẫn binh này ra trận.

Biết quân mình có thể đánh được mà không rõ các điều kiện có thể đánh địch được hay không thì phần thắng chỉ có nửa. Biết tình huống địch có thể đánh được mà không rõ quân tình ta có thể đánh địch nổi hay không thì phần thắng cũng chỉ có nửa. Biết sự sẵn sàng của cả kẻ thù và quân ta, nhưng không biết bản chất của địa hình thì phần thắng cũng vẫn chỉ một nửa. Vì vậy, kẻ biết cầm binh thì hành động không lầm lạc, dấy binh đánh thì không bị nguy khốn. Đấy là những lý do tại sao nói: biết địch, biết ta thì chắc chắn chiến thắng. Nếu biết thiên thời và địa lợi thì mới thắng hoàn toàn.

CHƯƠNG 11
Chín Địa Thế
九地

CHƯƠNG 11
CHÍN ĐỊA THẾ 九 地

Trong phép dùng binh thì thế đất có chín loại: thế đất tán, thế đất cạn, thế đất tranh, thế đất giao, thế đất nối, thế đất trọng, thế đất khó, thế đất vây và thế đất tử.

Đánh giặc trong đất của mình thì gọi là thế đất tán.[1] Tiến một quãng ngắn vào đất địch mà tác chiến thì gọi là thế đất cạn.[2] Đất có lợi ích cho bất cứ bên nào chiếm được là thế đất tranh.[3] Đất đi lại dễ dàng cho cả hai bên thì gọi là thế đất giao. Đất nối liền biên giới với ba quốc gia, hễ ai chiếm trước thì được ba nước ấy giao kết thì gọi là thế đất nối. Vào sâu trong đất địch với nhiều thành phố đã bị ta chiếm phía sau là thế đất trọng. Núi rừng, vách đá gồ ghề, đầm lầy và vùng đất ngập nước, tất cả những chỗ khó có thể băng qua là thế đất khó. Lối vào nhỏ hẹp, không đường rút lui, do đó một lực lượng nhỏ có thể dễ dàng đánh bại một lực lượng lớn là thế đất vây. Nếu ta phải quyết chiến để mong sống còn và sự chậm trễ giây lát nhất định sẽ gây thảm họa là thế đất tử.

Vì vậy, không nên giao chiến trên thế đất tán.[4] Không nên nán lại trên thế đất cạn.[5] Không nên tấn công trên thế đất tranh.[6] Bố trí trận địa và duy trì liên lạc trên thế đất giao. Giao kết liên minh với các chư hầu trên thế đất nối. Tận dụng cơ hội để chiếm lương thảo trên thế đất trọng.[7] Nhanh chóng vượt qua thế đất khó.[8] Sử dụng mưu kế xảo quyệt khi trên thế đất vây.[9] Trên thế đất tử, ta quyết chiến.[10]

Cho nên, ngày xưa kẻ giỏi dụng binh có thể khiến cho quân địch trước và sau mất liên lạc. Quân ít, quân nhiều không thể nhờ cậy nhau. Tướng sĩ mất liên lạc. Trên dưới không thể giúp nhau. Binh sĩ ly tán, không thể tập trung được. Đội ngũ không được chỉnh tề. Thế nên, kẻ giỏi dụng binh thấy lợi thì đánh, không lợi thì thôi.

Dám hỏi: nếu kẻ thù kéo quân tấn công ta với một quân đội lớn và nghiêm chỉnh thì sao? Trả lời: đoạt trước điều kiện có lợi nhất của địch, sau đó họ sẽ lắng nghe ta.[11]

Quân quý ở chỗ thần tốc. Nhân khi địch chưa chuẩn bị, tiến quân trên những tuyến đường không ngờ và đánh vào những nơi chúng không đề phòng.

Quân giữ vai khách ở nước địch. Nếu tiến sâu vào lãnh thổ địch thì sĩ khí quân ta càng chuyên nhất nên chủ nhà khó địch nổi. Nếu tìm thấy được những đồng ruộng phì nhiêu thì hãy chiếm lấy dùng để nuôi quân. Bồi dưỡng khí lực của binh sĩ và không nên bắt binh sĩ vất vả vô ích để giữ tinh thần và bảo tồn sinh lực của họ.

Khi động thì dùng mưu lạ để giữ cho đối phương không đoán được mưu ta. Cho quân đi vào những nơi nguy hiểm thì họ sẽ liều chết mà tử chiến vì không thể rút lui. Nếu binh sĩ đã liều chết mà chiến đấu thì chẳng có gì làm khó họ được. Trên dưới sẽ nỗ lực hết mình và không còn sợ hãi trong tình huống ấy. Cho nên quân ta sẽ thể hiện ý chí chiến đấu đồng nhất khi cùng lối và tác chiến đến người cuối cùng.

Một đội quân như vậy thì không cần tu chỉnh đội ngũ họ vẫn cảnh giác đề phòng, không cần đòi hỏi họ vẫn hết sức làm tròn sứ mệnh, không cần khích lệ họ vẫn khắn khít hỗ trợ nhau, không ra lệnh họ vẫn tuân theo kỷ luật. Cấm tất cả các thực hành bói toán và mê tín dị đoan cũng như trừ khử các mối nghi ngờ trong quân thì binh ấy dù chết vẫn không đổi lòng.

Binh sĩ của ta tiền tài không dư dả, không phải vì khinh thường của cải và không tiếc tánh mạng, không phải vì ghét cuộc sống. Vào ngày xuất quân, kẻ ngồi thì khóc nước mắt đẫm áo, kẻ nằm thì khóc nước mắt đầm đìa trên má. Nhưng một khi ở thời điểm không thể quay lại, họ sẽ thể hiện sự can đảm của Chuyên Chư[12] và sự dũng cảm của Tào Quế[13].

Binh biết dùng thì giống như con Suất Thiên[14]. Loại rắn nổi tiếng ở vùng núi Hoành Sơn. Nếu ta tấn công vào đầu, nó tấn công lại với đuôi của nó. Nếu ta tấn công vào đuôi, nó tấn công lại với đầu của nó. Nếu ta tấn công vào phần giữa, nó tấn công lại với cả đầu và đuôi của nó.

Có người lại hỏi: dùng binh có thể bắt chước con Suất Thiên chăng? Trả lời: được! Người nước Ngô và nước Việt không ưa nhau, nhưng khi ngồi chung một thuyền qua sông, gặp phải sóng to gió lớn thì cứu nhau như tay phải tay giúp trái vậy.

Nên định trói chân ngựa, chôn bánh xe cho binh sĩ có quyết tâm tử chiến cũng chưa đủ để tin. Phải thúc dục làm sao cho cho tất cả binh sĩ trên dưới dũng cảm như một mới đúng cách dùng binh. Quân mềm hay cứng, yếu hay mạnh đều phát huy được sở trường trong việc lợi dụng địa hình. Cho nên tướng giỏi dụng binh dẫn dắt ba quân trong tay như chỉ dắt một người mà binh sĩ không thể không theo.

Mưu lược của chủ tướng phải kín đáo thâm sâu, phải sử dụng thủ thuật và tin đồn để giữ cho binh sĩ trong bóng tối ý định thực sự của mình. Tướng nên thay đổi cách bố trí và kế hoạch của mình để binh sĩ không biết ta đang làm gì. Tướng nên thay đổi chỗ ở và dẫn quân đi quanh co để binh sĩ không ai lường được kế của mình.

Tướng ra lệnh cho binh sĩ xong thì chặn đường về giống như người leo lên thật cao và sau đó đá cái thang đi. Tướng dẫn quân tiến sâu vào lãnh thổ kẻ thù, đốt thuyền đập nồi để phát huy sĩ khí quyết tâm của binh sĩ giống như người chăn một đàn dê, xua tới thì đi tới và xua ngang thì đi ngang, binh sĩ chẳng cần biết đi đâu.

Điều binh và dẫn binh sĩ vào vòng nguy hiểm là việc của tướng. Ứng biến thích nghi cho chín loại địa thế, đánh giá lợi hại của tấn công hay rút lui và hiểu tâm trạng của binh sĩ. Đây là những gì tướng súy nên cẩn thận xét kỹ.

Các nguyên tắc tác chiến trong vai trò làm khách ở nước địch là càng vào sâu đất địch thì lòng quân càng ổn định vững chắc. Nếu ta ở quá gần biên giới mình thì binh sĩ dễ ly tán. Khi ta lãnh đạo quân đội vượt qua biên giới mình là ta tiến vào ly biệt. Nếu địa hình có thể tới được từ tất cả bốn hướng thì đó là đất giao. Nếu ta xâm nhập sâu vào lãnh thổ giặc thì đó là đất trọng. Nếu ta chỉ tiến một quãng ngắn vào lãnh thổ đối phương thì gọi là đất cạn. Nếu kẻ thù cố thủ đằng sau và có những đường hẹp phía trước ta thì đó là đất vây. Khi ta không có đường thoát thì đó là đất tử.

Vì vậy, tại đất tán thì ta thống nhất ý chí ba quân. Tại đất cạn thì ta liên lạc mật thiết với ba quân. Tại đất tranh thì ta bám sát địch. Tại đất giao thì ta phòng thủ. Tại đất nối thì ta củng cố liên minh. Tại đất trọng thì ta bảo vệ lương thực cho ba quân. Tại đất khó thì ta cố vượt qua. Tại đất vây thì ta chặn tất cả các lối ra vào. Tại đất tử thì ta cho binh sĩ chọn con đường duy nhất còn lại là giữa sự sống và cái chết. Vì ta hiểu bản chất của binh sĩ là chống lại khi bị bao vây, bị bức bách quá thì sẽ liều chết và theo lệnh chỉ huy khi gặp nguy hiểm.

Chưa hiểu mưu lược của chư hầu thì không thể tính đến việc kết giao. Chưa biết địa hình của rừng núi, các điểm dừng quân, hang động, đầm lầy và khe rạch thì không thể dẫn quân qua đó. Không dùng hướng đạo thì không thể chiếm địa lợi. Nếu tướng không hiểu ngay cả một trong những nguyên tắc cơ bản của chiến tranh này thì hắn không phải là một vị tướng xứng đáng với quyền hạn của mình.

Một vị tướng xứng đáng, khi tấn công một nước mạnh thì làm cho quân đội địch không thể huy động để tập trung lực lượng. Ta uy hiếp lấn át kẻ thù đến nỗi các nước khác không thể ứng cứu. Do đó, khỏi cần tranh mối bang giao với chư hầu, cũng như khỏi cần tăng cường sức mạnh của mình ở các các nước chư hầu. Ta chỉ giữ thực lực của chính mình mà đe dọa kẻ thù. Vì vậy, ta có thể san bằng thành ấp và hủy diệt kinh đô của kẻ thù.

Ta trao thưởng không cần theo qui lệ, ban bố mệnh lệnh không theo khuôn phép, chỉ huy toàn quân như sai khiến một người. Chia công việc cho binh sĩ chứ không nói rõ mưu cơ, sai khiến binh sĩ vào chốn nguy hiểm chứ không tỏ rõ điều hại. Tung quân vào hiểm nguy mới chuyển nguy thành yên. Tung quân vào nơi bị bao vây hiểm nghèo để chuyển chết thành sống mà giành thắng lợi.

Cho nên trong việc thực hiện các hoạt động quân sự thì ta giả làm theo ý địch trong khi thực sự dồn quân đánh vào một hướng. Bằng cách này thậm chí từ ngàn dặm cũng sẽ không cứu được tướng của họ khỏi thanh kiếm của ta. Đây là cách ta sử dụng tài năng và tinh ranh để đạt được mục tiêu của mình.

Vào ngày chiến tranh được tuyên bố, phong tỏa cửa khẩu, hủy bỏ giao ước, cấm tất cả các thông tin cùng sự đi lại của đại sứ đối phương. Xem xét kế hoạch một cách kín đáo cẩn thận trong đền miếu và sắp đặt công việc thật chu đáo. Nếu thấy địch sơ hở chỗ nào thì ta liền xen vào. Đoạt những gì họ quý nhất và hạn chế họ với thời gian. Sửa đổi kế hoạch theo tình huống của kẻ thù cho đến khi ta có thể đưa kẻ thù đến trận chiến quyết định của ta.

Cho nên, trước khi ra quân thì binh ta trầm tĩnh kín đáo, e lệ như một trinh nữ cho đến khi nào kẻ thù lộ ra sơ hở. Lúc đó ta xung quân với tốc độ như thỏ sổ chuồng để kẻ thù không có cơ hội chống trả.

Chương 12
Hỏa Công
火攻

CHƯƠNG 12
HỎA CÔNG 火攻

Có năm cách tấn công kẻ thù bằng hỏa công. Một là đốt quân địch. Hai là đốt kho lương địch. Ba là đốt xe cộ địch. Bốn là đốt vũ khí địch. Năm là đốt đội ngũ địch.

Phát hỏa cần điều kiện và chuẩn bị trước. Dùng hỏa công phải xem thời tiết mùa màng và chọn cho đúng ngày. Mùa màng thích hợp là khi thời tiết khô và những ngày thích hợp là khi mặt trăng nằm trong các cung Cơ, Bích, Dực hoặc Chẩn.[1] Đây là bốn ngày có gió thổi mạnh vào ban đêm.

Khi dùng hỏa công thì ta phải biết ứng biến linh hoạt cho năm trường hợp. Nếu lửa cháy trong doanh trại địch thì ta phả gấp rút tiếp ứng từ bên ngoài.[2] Lửa đã cháy mà kẻ thù không hỗn loạn thì ta chớ vội tấn công ngay.[3] Đợi cho đến khi đám cháy lan rộng rồi liệu xem trên thực tế có thể tấn công hay không và hành động cho phù hợp. Phóng hỏa từ bên ngoài vào doanh trại địch thì không cần chờ nội ứng, nương theo đầu gió mà đánh, chớ xung quân ở cuối gió.⁴ Ban ngày gió thổi mãi thì ban đêm gió dễ ngừng. Kẻ dụng binh nên quen thuộc với năm trường hợp hỏa công mà chuẩn bị cho phù hợp.

Dùng lửa tấn công thì hiệu quả được trông thấy rõ ràng. Dùng nước tấn công thì làm cho binh thế mạnh hơn. Nước có thể dùng ngăn chặn chứ không thể tiêu hủy thiết bị và vật tư của địch.

Khi đã thắng trận và chiếm được thành trì địch mà không tưởng thưởng công lao cho binh sĩ thì là một thảm hại. Đó gọi là dùng dằn hao tổn. Do đó mà minh quân và lương tướng phải biết lo liệu, xếp đặt các việc này.

Đừng động ngoại trừ khi ta thấy một lợi thế rõ ràng. Không sử dụng binh sĩ trừ khi có cái gì đó để đạt được. Đừng đánh nếu ta không lâm vào nguy hiểm. Vua không thể vì giận mà dấy binh. Tướng không nên vì bị xúc phạm mà ra quân. Chỉ ra quân nếu thấy lợi cho quốc gia, bằng không chẳng động binh. Giận có thể vui, hận có thể cao hứng trở lại. Nhưng một quốc gia đã bị phá hủy khó thể phục hồi và không thể đưa lại sự sống cho những người đã chết được. Do đó một nguyên thủ của quốc gia cần thận trọng và một lương tướng cần phải cảnh giác. Đây là cách để giữ một đất nước hòa bình và một quân đội vẹn toàn.

Chương 13
Dụng Gián
用 間

CHƯƠNG 13
DỤNG GIÁN 用 間

Dấy binh mười vạn[1] và đem quân đi xa nghìn dặm. Tất cả phí tổn của trăm họ và công quỹ quốc gia[2] phải gánh chịu mỗi ngày lên đến nghìn lạng vàng. Tiền tuyến và hậu phương sẽ có sự gián đoạn, dân chúng vất vả phu dịch dọc đường, bỏ bê công việc làm ăn hằng ngày lên tới bảy mươi vạn nhà.[3]

Chi tiêu nhiều năm để tranh thắng trong một ngày mà không dám dùng trăm lạng bạc ban thưởng cho gián điệp để khám phá tình huống của kẻ thù. Điều này bất nhân khủng khiếp. Đây không phải là hành vi của một nhà lãnh đạo cho dân, cũng chẳng xứng phận làm tôi phò chúa hay một bậc thầy của chiến thắng.

Đối với những gì cho phép một lãnh tụ và một vị tướng có thể tấn công dứt khoát và thành công, nơi mà những người bình thường thất bại là sự biết trước. Sự biết trước không thể tìm thấy bằng cách tham khảo ý kiến thần linh,[4] hoặc bằng cách so sánh tình huống tương tự. Cũng không thể tìm thấy được bằng cách đo các chuyển động của trời và đất mà thu được từ những người có kiến thức chính xác về tình hình của kẻ thù.

Về khía cạnh này, có năm loại gián điệp mà ta có thể sử dụng: gián điệp địa phương, gián điệp nội bộ, gián điệp phản gián, gián điệp cảm tử và gián điệp sinh gián. Nếu ta sử dụng tất cả năm loại, không ai có thể hiểu được mưu đồ của ta. Đó là một loại tổ chức thiêng liêng và là kho báu vĩ đại nhất của một minh quân.

Gián điệp địa phương được tuyển dụng từ nông dân của đối phương.[5] Gián điệp nội bộ từ các quan chức triều đình của đối phương.[6] Gián điệp phản gián có nghĩa là sử dụng gián điệp của chính kẻ địch chống lại chúng.[7] Gián điệp cảm tử[8] là những người được cung cấp thông tin sai lệch để cho gián điệp của kẻ địch lấy. Gián điệp sinh gián[9] là những người tập trung mang báo cáo về cho ta.

Vì vậy trong toàn bộ quân đội, không ai gần gũi ta hơn gián điệp. Không ai được hậu thưởng hơn gián điệp. Không có bí mật nào được bảo vệ chặt chẽ hơn mạng lưới gián điệp. Các điệp viên phải được sử dụng một cách khôn ngoan và phải được đối xử bằng lòng nhân từ và đức hạnh. Ta phải sử dụng sự tinh tế tối đa để đảm bảo có được các báo cáo trung thực từ các gián điệp. Tinh tế là chìa khóa. Không có trường hợp nào mà không thể sử dụng gián điệp.

Nếu một gián điệp để lộ thông tin trước khi thi hành kế hoạch thì cả hai gián điệp và người biết đều bị chém. Cho dù ta muốn tiêu diệt một đội quân, tấn công một thành phố hoặc ám sát ai đó, điều quan trọng đầu tiên là xác định tên của tướng lĩnh chỉ huy, những người thân tín, những người phụ tá, những người gác cổng và những vệ sĩ của ông ta. Ta phải ra lệnh cho gián điệp tìm hiểu cho bằng được những thông tin này.

Khi phát giác ra các điệp viên của kẻ thù đang theo dõi ta thì ta mua chuộc, săn sóc tận tình và thả chúng một cách thỏa mái. Như thế, ta có thể dùng họ làm điệp viên phản gián. Qua những điệp viên phản gián này, ta có thể tuyển dụng gián điệp địa phương và gián điệp nội bộ. Thông qua họ mà các gián điệp cảm tử của ta sẽ cung cấp các báo cáo sai cho kẻ thù. Và cũng thông qua họ mà điệp viên sinh gián của ta sẽ có thể hành động như nhu cầu cần thiết.

Một minh chúa phải biết cách sử dụng tất cả năm loại gián điệp và sự hiểu biết này nhất thiết phải đến từ điệp viên phản gián. Nên ta thường điệp viên phản gián trọng hậu nhất. Trong thời cổ đại, khi nhà Ân khởi nghĩa thì Y Doãn[10] ở bên đất Hạ để dò xét và khi nhà Chu khởi nghĩa thì Khương Tử Nha[11] ở bên đất nhà Ân để dò xét.

Một minh quân hoặc một hiền tướng có khả năng nên chỉ chọn những người thông minh nhất để hành động như gián điệp của mình thì sau đó sẽ chắc chắn đạt được những điều tuyệt vời. Đây là điều cần thiết của tác chiến và quân đội phụ thuộc vào đó để hành động.

CHÚ THÍCH

Chương 1 – Hoạch Kế 始 計
1. Hai chữ 始 計 (Shǐ jì) trong tự điển Hán Việt có nghĩa là bắt đầu, đầu tiên hoặc tính toán, ước lượng hoặc kế hoạch. Tôi nghĩ dùng chữ hoạch kế dễ hiểu và chính xác hơn vì thường thường khi bắt tay vào việc gì người ta cũng đặt kế hoạch trước rồi mới hành động.

2. Các bản xưa thường dịch là thiên hay trời trong ý nghĩa thiên thời hoặc trời là đấng cai quản loài người. Nhưng chữ 道 (Đạo) có nghĩa là con đường hoặc đạo trong ý chữ đạo của Lão Tử như các bản dịch xưa thường viết. Tuy nhiên, ai hiểu nổi chữ đạo của Lão Tử. Tôi thấy chữ chính nghĩa là ổn nhất vì người Việt cổ xưa quan niệm rằng ý dân là ý trời. Vả lại, ta thấy Tôn Vũ dùng chữ này trong ý nghĩa đó trong suốt mười ba chương ông viết. Tôi dùng chữ chính nghĩa trong ý đạo nghĩa của Lão tử.

3. Ứng biến là dùng quyền biến để đối phó với các việc bất thường hoặc bất ngờ xảy ra trong chiến tranh.

4. Vào thời Tôn Vũ ở hai nghìn năm trăm năm về trước, vua cùng các quân sư, chủ tướng thường bói toán thay vì tính toán. Họ dùng phương pháp độn giáp hoặc quẻ tre hoặc mu rùa để hỏi thần thánh kế sách và nếu trên sáu mươi phần trăm thì thắng và dưới thì bại. Nhưng Tôn Vũ vào thời đó mà đã biết dựa vào thực tế để tính toán mà bàn kế hoạch thắng thua. Quả là một đầu óc siêu việt.

5. Ngày xưa vua thường phải kiêng giới ba ngày để cúng tế rồi bàn kế hoạch tác chiến với tướng lãnh ở miếu đường trước khi dấy binh.

Chương 2 – Tác Chiến 作戰

1. Đội quân ở đây gồm một trăm nghìn binh sĩ được chia ra thành một nghìn tiểu đoàn. Mỗi tiểu đoàn có một trăm binh sĩ và được cung cấp một xe cổ nhẹ và một xe cổ nặng.

2. Xe cổ nhẹ gồm bốn ngựa kéo chạy nhanh, thường dùng cho tấn công. Mỗi xe cổ nhẹ có 75 binh sĩ đi theo.

3. Xe cổ nặng thường dùng cho phòng thủ. Mỗi xe cổ nặng có 25 binh sĩ theo.

4. Giáp trụ ngày xưa thường làm bằng tre hoặc da thú.

5. Một dặm = 0.5789 km; vậy nghìn dặm là 578,9 cây số.

6. Thời gian này, khoảng 400 - 500 TCN, người ta dùng vàng hay bạc để trao đổi mua bán chứ không dùng hiện kim.

7. Ngày xưa người ta thường dùng chữ trăm họ để ám chỉ tất cả mọi người trong một quốc gia chứ không chỉ có một trăm họ trong một nước.

8. Một chung = 40 lít. Đơn vị đo thể tích khi xưa.

9. Một thạch = 50 kg. Đơn vị đo trọng lượng khi xưa.

10. Thức ăn cho súc vật.

Chương 3 – Tấn Công 謀攻

1. Một quân là một sư đoàn, gồm 12500 binh sĩ.

2. Một lữ gồm 500 binh sĩ.

3. Một tốt gồm 100 binh sĩ.

4. Một ngũ gồm 5 binh sĩ.

5. Đánh vào kế hoạch chiến lược của quân thù.

6. Ngăn chặn sự phối hợp lực lượng quân đội liên minh tạo nên sức mạnh cho kẻ thù.

7. Dùng sức quân đội để đánh.

8. Ý nói là đánh vào nơi thành lũy kiên cố của địch.

9. Chẳng hạn như chế tạo các loại xe đặc biệt để binh sĩ có thể ẩn núp bên trong mà tiến sát cửa thành.

10. Các ụ đất cao dùng để quan sát chuyển động trong thành hoặc binh sĩ ta có thể nhảy qua bức tường địch mà tấn công.

11. Nếu quân số ta gấp năm quân địch, chúng ta có thể cho hắn chú ý phía trước, bất ngờ phía sau, tạo náo động đằng đông và tấn công phía tây.

12. Có thể dùng chiến thuật dàn một ít quân ta ở phía đông nhưng tấn công vào phía tây.

13. Làm suy giảm sức mạnh quân đội địch.

Chương 4 – Quân Hình 軍形

1. Sơ hở này có thể do thiếu chuẩn bị, thiếu mưu kế. Ở đây, tôi nghĩ Tôn Vũ ám chỉ sơ hở do thiên nhiên tạo nên như mưa to, nắng cháy, mây mù v.v. cho nên con người không tự chủ mà tính trước được. Trần Hưng Đạo của ta rất giỏi môn này, ông dạy về thuật coi chuyển động của trời đất trong phần đầu của quyển Binh Thư Yếu Lược. Nhưng hầu hết các dịch giả của ta không dịch lại vì cho là mơ hồ.

2. Trong khoa độn giáp khi xưa có nói đến thần cửu địa (chín tầng đất), một trong tám thần thuộc vành bát thần. Người ta tin rằng ai ở vào cung thứ chín thì dễ ẩn nấp và phòng thủ vì là nơi sâu nhất.

3. Cũng như trên, ai ở vào cung cửu thiên (chín tầng trời) thì dễ di chuyển tấn công.

4. Đánh bại quân thù một cách rất dễ dàng vì kẻ thiện chiến trước đó đã tạo ra các tình huống cho kẻ thù phải ở vào vị thế tất bại.

5. Một dật = 500 grams.

6. Một thù = 1 gram.

7. Một trượng = 6.48 mét.

Chương 5 – Quân Thế 兵勢

1. Kỳ là binh đánh bên hông hoặc đánh xiêng vào kẻ thù. Thường là đánh bất ngờ dùng những chiêu lạ mà quân thù không hoặc chưa nghĩ tới.

2. Chính là binh trực diện đánh thẳng với kẻ thù.

3. Theo tôi nghĩ phép hư thực là dùng chiến thuật để tạo cho kẻ thù hoang man, không biết đâu là thật và đâu là giả. Chủ yếu là tạo cho kẻ thù không đoán được ý định thực sự của ta. Tuy nhiên, hư thực ở đây cũng có nghĩa là yếu mạnh.

4. Năm màu cơ bản là đỏ, xanh, vàng, trắng và đen.

5. Năm vị cơ bản là chua, cay, đắng, mặn và ngọt.

Chương 6 – Hư Thực 虛實

1. Ngũ hành là kim, mộc, thủy, hỏa và thổ.

2. Bốn mùa là xuân, hạ, thu và đông.

Chương 7 – Tranh Lợi 軍爭

1. Tướng lãnh cầm ba quân là tổng tư lệnh chỉ huy tiền quân, trung quân và hậu quân.

2. Ba quân là quân tiền, quân trung và quân hậu.

Chương 8 – Chín Biến 九變

1. Đất cằn cỗi là đất hiếm về thực phẩm, như thức ăn, nước uống v.v.

2. Bị bao vây không lối thoát.

3. Ở vào tình trạng tối nguy hiểm, không đánh thì chỉ có chết. Đánh thì may ra có cơ hội để sống.

4. Vì có những đoạn đường nếu đi qua sẽ bị thảm bại.

5. Nếu không chắc thắng thì ta sẽ không đánh.

6. Đôi lúc hãm thành mất nhiều thời gian, binh sĩ mà thành công cũng không lợi bao nhiêu.

7. Địa thế không thuận lợi ta cũng không đánh.

8. Nếu theo lệnh vua mà phải bại trận thì ta cũng không nên theo.

9. Không rõ Tôn Vũ chỉ năm lợi này là gì. Có thể ông nói năm lợi này là chính nghĩa, khí trời, địa hình, tướng soái và binh luật ở chương Hoạch Kế.

Chương 9 – Hành Quân 行軍
1. Dựa vào suối được lợi thế là có nguồn nước uống cho binh sĩ.

2. Đánh lên rất khó khăn vì lực hút của trái đất luôn kéo xuống những binh khí và sức nặng thân thể của binh sĩ. Binh sĩ phải dùng nhiều sức lực hơn để vừa tiến lên và vừa đánh.

3. Ngược lại đánh xuống thì dễ dàng và ít tốn sức lực, nhất là khi xưa binh sĩ thường dùng giáo mác để chiến đấu.

4. Binh sĩ đang ở giữa dòng sẽ rối loạn và khó làm gì được. Nếu cùng lực lượng về quân số thì là hai chọi một. Tất nhiên ta có lợi thế hơn.

5. Cùng nguyên tắc như "Chớ leo lên để tham gia trận chiến trên mặt đất cao".

6. Vì di chuyển khó khăn lại dễ bị phục kích. Vả lại nước mặn không thể uống được.

7. Không rõ chính xác vua Huỳnh Đế là ai, các sách xưa ghi chú có thể là vua Si Vưu thuộc Viêm Việt dùng bốn chiến thuật về địa hình trong chương này mà đánh bại các vua của bốn nước lân cận, trong đó có Tam Miêu.

8. Vì sợ nước bất chợt dâng cao, quân bị chết đuối hoặc chia cắt và không thể cứu nhau trong tình huống này.

9. Quân địch đang khát nước.

Chương 10 – Địa Hình 地形

1. Thường là về hướng đông nam.

2. Đi ra khó khăn vì các sông lạch, hào lũy hoặc thành trì nên dễ bị địch vây bắt khi phải rút quân.

3. Quân vào địa thế này khó bày trận do không tập trung được lực lượng nên gọi là đất tán. Nghĩa là thế đất phân chia lực lượng.

4. Thường là ở những nơi như hai bên là vách núi, chính giữa có đường đi rất hẹp.

5. Các địa hình này thường là đèo, ải, đồi, núi, vực thẳm v.v. Tấn công vào đây dễ bị bẫy chết.

6. Vì xa và rộng nên khó tiếp tế binh khí, lương thực cũng như viện thêm binh sĩ.

7. Vua và tướng bất tài khi xưa thường đổ lỗi cho trời đất để chạy tội với quốc dân và chính họ.

8. Chưa đánh đã chạy.

9. Đánh mà thua nên bỏ chạy.

10. Vua bảo tiến mà tướng bảo lui binh thì tướng thường bị mang nhục và vạ vào thân.

Chương 11 – Chín Địa Thế 九 地

1. Cái thế chống giặc của đất tán là đánh giặc trên các vùng đất nằm trong phạm vi quốc gia mình. Bởi vậy, binh sĩ thường hay nấn ná vợ con, cha mẹ, anh em mà dễ bỏ trốn hoặc không liều chết chống giặc nên hay bị tan vỡ hoặc thất bại.

2. Ở đất cạn thì binh sĩ thường hay chán nản, mong muốn lui binh trở về quê hương mình.

3. Nằm trong thế phải tranh giành với giặc để chiếm lợi thế.

4. Hưng Đạo Vương Trần Quốc Tuấn đã dùng chiến thuật này rất toàn hảo khi chống lại quân Mông Cổ vào thế kỷ 13. Không trực diện đánh thắng những nơi địch muốn mà giữ vững những nơi hiểm yếu để tập kích bất ngờ, bảo tồn không cho giặc chiếm lương thực mình trong khi cắt đứt đường vận tải lương thực địch. Không giao chiến trên đất mình

để bảo tồn khí lực của quân và dân, chờ lúc địch bí thế thì tổng tấn công và giành thắng lợi cuối cùng.

5. Đóng quân hay nán lại trên đất cạn có nhiều thế bất lợi. Sĩ khí quân ta đang trong tình huống mỏi mệt, sợ hãi và nản chí. Vả lại, mục tiêu tối hậu là chiếm nước địch nên phải còn tiến sâu hơn nữa. Dù chỉ muốn phá rối hay thị uy nước địch, đánh chiếm vài nơi biên giới như Lý Thường Kiệt vào tháng 11 năm 1075 đem 10 vạn quân đánh Khiêm Châu và Liêm Châu thuộc Quảng Đông ngày nay, giết tám nghìn quân Tàu. Còn Tôn Đản thì đánh Ung Châu thuộc Quảng Tây ngày nay vào tháng 1 năm 1076. Sau khi hạ thành, cả hai ông cho bắt người, lấy của cải rồi rút lui.

6. Vì ta không muốn hao binh tổn tướng khi địch đã có chuẩn bị. Nên dùng kỳ binh mà đánh chiếm. Còn nếu ta chiếm trước thì có nhiều thế lợi.

7. Khi vào sâu lãnh thổ địch, lương thực cho quân là một trong những công việc tối quan trọng vì rất khó khăn, tốn kém và nguy hiểm để tải lương xa vạn dặm.

8. Núi rừng, vách đá gồ ghề, đầm lầy và vùng đất ngập nước v.v. là những nơi khó di chuyển cũng như tiếp viện nhưng dễ bị phục kích tiêu diệt nên phải chống vượt qua.

9. Bị bao vây kín tứ phía nên không thể dùng những mưu kế thường mà phá vòng vây được.

10. Trong thế đất tử, nếu quyết đánh thì có thể sống sót và chiến thắng. Nhưng nếu không liều chết mà đánh thì tất phải chết.

11. Chiếm trước điều kiện có lợi nhất của địch thì bắt buộc chúng phải từ chủ động biến thành bị động. Địch ở vào thế bị động nên phải theo sự điều khiển của ta.

12. Tương truyền rằng Chuyên Chư là người nước Ngô, đã giấu gươm nhỏ trong bụng cá nướng, đâm Vương Liễu là Ngô Chúa để đền ơn cho công tử Quang đã nuôi nấng chăm sóc mẹ già mình. Chuyên Chư bị thị vệ của Vương Liễu giết chết. Công tử Quang nhờ đó mà được lên ngôi, tức vua Hạp Lư nhà Ngô.

13. Tào Quế là quan đại phu của nước Lỗ. Khi Tề Hoàn Công họp các chư hầu tại đất Khá, Tào Quế cầm gươm ức chế Tề Hoàn Công phải trả ruộng đất lại cho nước Lỗ.

14. Ngày nay người ta không biết chắc chắn Suất Thiên là loại rắn nào ở núi Hoành Sơn. Nhưng trong bát trận có nói rằng trận xà bàn có lúc biến thành trận rắn Hoành Sơn.

Chương 12 – Hỏa Công 火攻

1. Tính theo âm lịch thì bốn ngày này là 7, 14, 27 và 28.

2. Nhanh chóng tấn công từ bên ngoài vào để tiếp ứng quân ta trong trại địch và giành chiến thắng.

3. Không tấn công ngay vì sợ địch có chuẩn bị trước.

4. Nguyên tắc của lửa là bốc cháy theo chiều gió. Không xung quân ngược gió vì không muốn quân ta bị thiêu đốt. Ngược lại, đánh theo chiều gió là dùng lửa để thiêu cháy quân địch.

Chương 13 – Dụng Gián 用間

1. Một vạn = 10,000. Đây là đơn vị đo số lượng.

2. Công quỹ quốc gia ở đây được hiểu là triều đình, các nhà quan và các tôn thất được phong đất phải đóng góp tiền của, giáp trụ, binh khí, xe cộ, lương thảo v.v. để cung ứng cho cuộc chiến.

3. Thời Tôn Tử, triều đình phân chia đất như sau: 8 nhà được quyền sở hữu 9 khoảng đất. Khoảng giữa dùng để cất nhà và đào giếng. Mỗi nhà được một khoảng đất xung quanh để trồng trọt cày cấy. Nếu nhà nào có một người đi lính thì bảy nhà kia phải cung cấp hết các phí tổn như ăn mặc, chi tiêu cũng như nhân công phu dịch đi theo để khuân vác vận tải. Cho nên 100,000 binh sĩ thì làm phiền tới 700,000 nhà.

4. Khi xưa, tham khảo thần linh thường dùng thuật bói toán hay lên đồng v.v.

5. Người ở địa phương nước địch thì biết việc tại nơi đó chính xác hơn vì hai nghìn năm trăm năm trước, không có được phương tiện thông tin tiến bộ nhanh chóng như ngày nay. Vấn đề là họ cho chịu làm việc cho đối phương hay không. Thường thì gián điệp địa phương được phủ dụ để làm việc cho ta.

6. Các quan chức bất mãn triều đình hoặc tham lợi cho cá nhân của họ.

7. Loại gián điệp này thường được mua chuộc bằng nghĩa khí hoặc biết là gián điệp của địch nhưng ta giả làm không biết và cho lộ những thông tin thất thiệt để họ báo cáo sai lạc về ta.

8. Gián điệp cảm tử là gián điệp của ta, chống lại gián điệp của địch. Nên khi thấy sự việc xảy ra không đúng thì ắt sẽ giết người ấy. Bởi vậy nên gọi là cảm tử.

9. Gián điệp sinh gián là gián điệp của ta nằm trong lòng địch. Đây là những người tài trí, có địa vị và có thế lực. Họ dò xét quân tình địch một cách công khai mà không sợ bị lộ.

10. Y Doãn là tướng của nhà Ân.

11. Khương Tử Nha là quân sư của nhà Chu.

CÁC SÁCH KHẢO CỨU

1. Carl von Clausewitz, *On War*, Dịch Giả Đại Tá J.J. Graham, NXB Barnes & Noble Book, 2004.

2. Dương Diên Hồng, *Mưu Lược Hưng Đạo Vương*, NXB Mũi Cà Mau, 2000.

3. Karl von Clausewitz, *War, Politics, and Power*, Dịch Giả Đại Tá Edward M. Collins, NXB Regnery Gateway, Inc., 1962.

4. Gerald A. Michaelson and Steven Michaelson, *Sun Tzu – The Art Of War For Managers*, NXB Adams Media, 2010.

5. James Trapp, *Sun Tzu – The Art Of War*, Chartwell Books, Inc., 2012.

6. Khương Lữ Vọng, *Thái Công Binh Pháp*, Dịch Giả Lê Xuân Mai, NXB Thanh Hóa, 1996.

7. Khương Lữ Vọng, Hoàng Thạch công, *Thái Công Binh Pháp & Tố Thư*, Dịch Giả Mã Nguyên Lương & Lê Xuân Mai, NXB Xuân Thu 1990,

8. Lưu Minh Sơn, *Thập Nhị Binh Thư*, NXB Văn Hóa Thông Tin, 2002.

9. Mã Anh Kiệt, *Tôn Ngô Binh Pháp Toàn Thư*, NXB Đại Nam.

10. Ngô Như Tung, Hoàng Phác Dân, *Binh Pháp Tôn Tử*, NXB Mũi Cà Mau, 1998.

11. Nguyễn Hiến Lê, *Hàn Phi Tử*, NXB Văn Hóa, 1995.

12. Ralph D. Sawyer, *Sun Tzu - The Art Of War*, NXB Barnes & Noble, Inc., 1994.

13. Ralph D. Sawyer, *The Seven Military Classics Of Ancient China*, NXB Westview Press, Inc., 1993.

14. Samual B. Griffith, *Sun Tzu – The Art Of War*, Oxford University Press, 1963.

15. Sun Tzu, *The Art of War*, Dịch Giả Nigel Cawthorne, NXB Arcturus Publishing Limited, 2011.

16. Trần Hưng Đạo, *Binh Thư Yếu Lược*, Dịch Giả Nguyễn Ngọc Tỉnh, NXB Quê Mẹ Paris, 1988.

www.ingramcontent.com/pod-product-compliance
Lightning Source LLC
Chambersburg PA
CBHW020911080526
44589CB00011B/541